சாண்ட்விச்

புணர்தலின் ஊடல் இனிது

தரணி ராசேந்திரன்

ISBN 979-8-88975-520-3

ஆசிரியர் பற்றிய குறிப்பு

2012இல் பொறியியலில் பட்டம் பெற்ற இவர் திரைத் துறையில் ஆர்வம் கொண்டு அதில் பயணிக்க தொடங்கினார். தன்னாட்சி முயற்சியாக "ஞானச்செருக்கு" என்ற முதல் முழுநீளப் படத்தை உருவாக்கினார். 2019 தொடங்கி நாற்பதிற்கும் மேற்பட்ட உலக நாடுகளின் திரைப்பட விழாக்களில் சிறந்த படமாக "ஞானச்செருக்கு" அங்கீகரிக்கப்பட்டது.

இவரின் முதல் நாவல் "நானும் என் பூனைக்குட்டிகளும்", சிங்கப்பூர் இலக்கிய வட்டத்தில் சிறந்த நாவலாகத் தேர்வாகியது குறிப்பிடத்தக்கது. மேலும் தமிழ்நாடு முற்போக்கு கலை இலக்கிய மேடை 2021ஆம் ஆண்டிற்கான அசோகமித்திரன் விருதை வழங்கி கௌரவித்தது. விடுதலை கலை இலக்கிய பேரவை முன்னெடுத்த 2021ஆம் ஆண்டிற்கான இளவந்திகை கலை இலக்கிய திருவிழாவில் சிறந்த நாவலுக்கான விருது இவரின் "லிபரேட்டுகள்" நாவலுக்கு வழங்கப்பட்டது.

முன்கதை

ஒலி இல்லா இந்த எல்லையற்ற பரந்து விரிந்த வெளியில் பல பல காலங்களாக உலாவி திரிந்து கொண்டிருக்கிறேன். உயிரற்று சுழலும் பாறை, நீர்ம, வளிக்கோள்களால் என்னை கவர்ந்து அதனுடன் தக்க வைத்துக் கொள்ள முடியவில்லை. என்னை மொத்தமாக கிழித்தெறிய முற்படும் வெப்பத்தை வருடியபடியும் என் விழிக்குள் ஊடுருவ முயலும் தீவிரமாக ஒளிரும் விண்மீன் கடல்களை முத்தமிட்டபடியும் நான் மெல்ல என் கால் போகும் திசையில் நகர்ந்து கொண்டிருக்கிறேன். வெளியின் பேராற்றலாக திகழும் கருந்துளைகளும் என்னை ஈர்க்க முடியாமல் தவறவிட்டன. இந்த அண்டத்தின் அறிவிற்கு புலப்படாத கடவுள் துகள்களாலும் நேர்மறை எதிர்மறை ஆற்றல்களாலும் இன்னும் எண்ணிலடங்கா மறைபொருள்களாலும் என்னை கவர்ந்து அதனுள் அடக்கி வைத்துக்கொள்ள முடியவில்லை. அனைத்திலிருந்தும் விடுபட்டவனாய் எங்கும் அலைந்து கொண்டிருக்கிறேன்.

பல யுகங்கள் திரிந்த என்னை ஏதோ ஒரு புதுவித தன்மை கொண்ட திட நீர் கோள் ஈர்க்கிறது. நான் அதன் அருகில் செல்ல செல்ல இதுவரை கேட்டிறாத பலவித ஒலி வடிவங்களை கேட்க முடிகிறது. அந்த கோள் உயிர் சூழலுக்கான வாசத்தை தொடர்ந்து வெளிப்படுத்துகிறது. என்னை வசீகரிக்கும் அந்த கோளுக்குள் சென்று பார்க்க நினைக்கிறேன். அதன் பரப்பை தொட்ட என்னால் அதன் உருவாக்க வளர்ச்சியை ஒரு நொடியில் உணர்ந்து கொள்ள முடிகிறது. இதை தற்போது ஆண்டுக் கொண்டிருக்கும் மனிதர்களை பின் தொடர்ந்து பயணிக்கிறேன். அவர்களின் தன்மைகள் பிற உயிர்களை காட்டிலும் வேறுபாடு கொண்டு அவர்களுக்குள்ளேயே முரண்பட்டு திகழ்கின்றன. அதை உணரும் போது நகைப்பாகவும் பரிணாமத்தின் விந்தையாகவும் உள்ளது. மேலும் அந்த வசீகர விலங்குகளை பின் தொடர விரும்புகிறேன்.

நிலப்பரப்பிற்கு ஏற்றவாறு அவர்களின் அறிவும் அறியாமையும் வளர்ச்சியடைந்து கிடக்கின்றன.

அவர்களின் அறியாமை பயத்தை உருவாக்கி கலாச்சார மூட பழக்கத்தையும் புரிதல்களையும் தோற்றுவித்துள்ளதை என்னால் உணர முடிகிறது.

அனைத்தையும் கடந்து அவர்கள் அனைத்திற்கும் மேலானவர்கள் என சுற்றும் மமதை அவர்களை இன்னும் நெருக்கமாக சென்று பார்க்க என்னை தூண்டுகிறது.

அவர்களுள் நான் ஏதோ ஒரு நிலப்பரப்பை சேர்ந்த மனித கூட்டத்தை தேர்வு செய்ய முடிவெடுக்கிறேன். பின் இந்த புவியில் தொன்மையானவற்றுள் ஒன்றான ஒரு கூட்டத்திற்குள் நுழைந்து பார்க்க முற்படுகிறேன். தொன்மையானது ஒருவேளை அதிக அறிவும் தரவும் பெற்றிருக்கலாம்.

என் கண் முன் ஒரு மனிதன் பரபரப்பான ஓட்டமும் நடையுமாக சென்று கொண்டிருக்கிறான். அவனை பின் தொடர்ந்து செல்ல என் மனம் இச்சை கொள்கிறது.

அது ஒரு பன்னாட்டு வானூர்தி நிலையம். நம் தலைவன் நிலையத்தின் வாயிலை கடந்து பரபரப்பான நடையுடன் அவனை குறுக்காக அங்குமிங்கும் மறிக்கும் வாகனங்களையும் மனிதர்களையும் லாவகமாக தவிர்த்தபடி அவனுக்காக காத்துக்கொண்டிருக்கும் ஒரு சிறு வெள்ளை நிற மகிழுந்தில் சென்று ஏறுகிறான். அதன் ஓட்டுனர் அதன் கதவுகளை தாழிடும் முன் நானும் சென்று நம் தலைவன் அருகில் அமர்ந்து கொள்கிறேன்.

நம் தலைவன் சைகை காட்ட மகிழுந்து கிளம்புகிறது. அவனின் மூச்சிரைப்பு மெல்ல தளர தன் மேல் சட்டையை அவிழ்த்து இருக்கையின் அருகில் கிடத்துகிறான். நம் தலைவனின் பெயர் சிவா என அறிகிறேன். அவனின் உடல் செல்கள் முப்பத்திமூன்று வருடத்தை தொட்டு ஓடிக்கொண்டிருக்கின்றன. அவன் மைதா ரொட்டி நிறத்தில் ஆறடி உயரத்தில் இருக்கிறான். அவன் இமைகள் இயல்பை காட்டிலும் வேகமாக அடித்துக்கொள்ள தன் நினைவுகளோடு மெல்ல உறைந்து கொண்டிருக்கிறான்.

அவன் முகம் சட்டென மலர்கிறது. காம சிந்தனைகள் அவன் நினைவை எடுத்துக்கொண்டதை என்னால் உணர முடிகிறது. அவன் முகமும் உடலும் பெரும் சிரிப்பையும் மகிழ்வையும் வெளிதள்ள நான் அவன் நினைவுகளுக்குள் சென்று அதன் சிந்தனை கதைகளை பார்க்க விரும்புகிறேன்.

****

அவன் முகம் சட்டென மலர்கிறது. காம சிந்தனைகள் அவன் நினைவை எடுத்துக்கொண்டதை என்னால் உணர முடிகிறது. அவன் முகமும் உடலும் பெரும் சிரிப்பையும் மகிழ்வையும் வெளிதள்ள நான் அவன் நினைவுகளுக்குள் சென்று அதன் சிந்தனை கதைகளை பார்க்க விரும்புகிறேன்.

1.

9.30am

திங்கள், 03 டிசம்பர் 2018

சிவா Calling....

......

"சொல்லுங்க...."

"எவ்வளவு நேரம் ஃபோன் அடிக்குது...."

"குளிச்சிட்டிருந்த அதான்...."

"குளிச்சிட்டா.... சொல்லிட்டு போறது. இதுக்கெல்லான் கூப்புட மாட்டிங்க."

"கூப்ட்டு?"

"கூப்ட்டா.... அப்படியே வந்து ஒரு சான்வெஜ் போட்டுருப்பன்."

"ச்ச காலைலயே சான்வெஜ்ஜா? அதா ராத்திரி ஒரு மணி வர பிட்டு கத தான் பேசனிங்க போதாதா?

"அதலா தீராத ஊத்து. உன்னோட உடம்பு முழுக்க வழியிற நீர் துளிய என்னோட உதட்டால உலர வைக்கனு."

"ம்ம்... வைக்கலாம் வைக்கலாம். நா வேலைக்கு கெளம்புறன். நேரம் ஆய்டிச்சி. வெளிய வந்து கூப்புடுற. நீங்க உட்டா கதயா பேசுவிங்க."

"ஏ ஏ...வைக்காத ஒரு நிமிசம்...."

....

....

****

10.10am

திங்கள், 03 டிசம்பர் 2018

நவிரா calling...

"சொல்லு போய்டியா?"

"போய்டேயிருக்கன். நடக்குறன். தெருவுல. மூச்சு வாங்குற சத்தம் கேக்குதா?"

"ஒன்னு கேக்கல. வெறும் வண்டிங்க சத்தம் தான் கேக்குது. சத்தமா பேசு."

"இருங்க புளுடூத் போட்டுக்குறன். எனக்கும் ஒன்னும் கேக்கல. வண்டிங்க சத்தம் அதிகமா இருக்கு.... இப்ப கேக்குதா"

"ஆ கேக்குது சொல்லு"

"நீங்க என்ன பண்றிங்க?"

"நா சும்மா படுத்துகிட்டு தான் இருக்கேன். கௌம்பனும். சாப்டியா?"

"சாப்டாச்சி சாப்டாச்சி. நீங்க?"

"என்ன எப்போ சாப்ட போற பொண்ணு?"

"ஹான் சாப்டலாம் சாப்டலாம் வாய தொறந்தாலே பிட்டு கத தான். போரே அடிக்காதா?"

"போரா நீயல்லான் எவ்வளவு சாப்டாலும் தெகட்டாத சான்வெஜ்"

"ம்ம். இப்படியே பேசிகிட்டே இருக்க வேண்டிதான்."

"சிரிக்காத பாரு சீக்கிரமா வந்து ஒரு சான்வெஜ் போடுறன்"

"சரி சான்வெஜ் எப்படி போடுவிங்க?"

"அதுவா முதல ரொம்ப பொறுமையா ரொம்ப ரொம்ப பொறுமையா மேலந்து ஒன்னு ஒன்னா இருக்குற துணி எல்லாத்தையு அவுக்கனும். அப்பறம் பட்டன கழட்டனு."

"யோவ் சான்வெஜ்க்கு எதுக்கு பட்டன கழட்டனும்."

"ச்சி பட்டனுனா ப்ரெட் கவர பிரிக்க மாட்டிங்களா அத தான் சொன்ன. நீ தப்பா நெனச்சா நா என்ன பண்ணுறது."

"எது நா தப்பா நெனக்கிறனா சரி சரி அப்பறம்."

"அப்பறம் ரொம்ப பொறுமையா பட்டன கழட்டுனவுடனே மேலந்து சொட்டு சொட்டா எண்ணெய ஊத்தி உடம்பு முழுக்க வருடனும். ரொம்ப ரொம்ப மெதுவா...."

"உடம்பா?"

"அதான் அதான் ப்ரெட்ட தான் மசாலா தடவனும்னு சொன்ன. சிரிக்காத கம்முனு சொல்லவுடு. பாதில மறச்சா அப்புறம் செயல்முறை தப்பாயிடும்."

"சரி சரி சரி..."

"அந்த மசாலா தடவுன ப்ரெட் மேல திரும்ப வெதவெதப்பான வெந்நீய ஊத்தனும். அந்த வெந்நீ பட்ட எடம் முறுக்கேறும். ரொம்ப மெதுவா உடம்புலயிருக்குற முடியெல்லா எழுந்து நிக்கும். அந்த முடியோட ஓ உடம்பையும் சேத்து மெதுவா நா இறுக புடிப்பன். அந்த சூட்டோட இறுக்க இறுக்க உடம்பு அனலா வீச ஆரம்பிக்கும்.....

ஏ இருக்கியா? என்ன சத்தத்தயே காணோம்."

"சத்தம் வரலனா ஆஃபிஸ் வந்துட்டேனு அர்த்தம். கம்முனு சொல்லுங்க எல்லா கேக்குது."

"ஆ ஊனு ரியாக்கூஷன் ஏதாவது கொடுத்தாதான மூடு வரும்."

"அதலான் கொடுக்க முடியாது சரி அப்பறம் பேசுறன். ஆளு வர ஆரம்பிச்சிட்டாங்க."

"ஏய் ஏய் சரி ஏதாவது சொல்லிட்டு போ."

"என்ன சொல்லனும். ஒன்னும் கெடையா

து. வைக்குறன் டாட்டா."

"ஏ ஏ...."

....

****

ஹஹா... இந்த பேச்சுகளை நம் தலைவன் தலைவியிடம் மூன்று வருடத்திற்கு முன் பேசியிருக்கிறான். அவன் ஒரு திரைப்பட இயக்குனர். ஐந்து வருடம் முன் சிவா அவனின் முதல் திரைப்படத்தை முறைசாரா முறையில் உருவாக்கி கணிசமான அளவில் பெயரையும் ஈட்டியிருந்தான். அந்த சூழலில் அவனை தன்னாட்சி படங்களின் உருவாக்க பயிற்சி பட்டறைக்கு சிறப்பு விருந்தினராக

அழைத்திருந்தனர். திரைப்படங்கள் மீது அதீத மோகம் கொண்ட நம் தலைவியும் எதிர்காலத்தில் இயக்குனராக வேண்டி அந்த பயிற்சி பட்டறையில் பங்கேற்றிருந்தாள். அங்கு தலைவனை பார்த்த தலைவி அவன் மொழிந்த தகவல்களையும் குறிப்புகளையும் விடுத்து அவன் அசைவுகளையே வெறித்துப் பார்த்தாள். மெல்ல அவன் மேல் மோகமும் கொண்டாள்.

****

அழைத்திருந்தனர். திரைப்படங்கள் மீது அதீத மோகம் கொண்ட நம் தலைவியும் எதிர்காலத்தில் இயக்குனராக வேண்டி அந்த பயிற்சி பட்டறையில் பங்கேற்றிருந்தாள். அங்கு தலைவனை பார்த்த தலைவி அவன் மொழிந்த தகவல்களையும் குறிப்புகளையும் விடுத்து அவன் அசைவுகளையே வெறித்துப் பார்த்தாள். மெல்ல அவன் மேல் மோகமும் கொண்டாள்.

2.

திங்கள், 03 டிசம்பர் 2018

நவிரா

இந்த வாரம் சென்னைக்கு வரன்

02.12pm

சிவா

மழ இருக்கும் போலயே...

02.17 pm

நவிரா

அதலா பாத்துக்கலாம்
ஒரு சாமியார பாக்கனும்
நறைய சந்தேகம் இருக்கு

02.17pm

சிவா

என்ன சந்தேகம்?

02.17pm

நவிரா

அது ஒரு சந்தேகம். அதலா ரகசியம்
சொல்லுரதுக்கில்ல

02.18pm

சிவா

☹☹

02.18pm

நவிரா

என்ன...

02.18pm

சிவா

ம்ம்...

02.18pm

நவிரா

சும்மா பாக்கணும் சாமியார்.
ரொம்ப நாள் ஆய்டிச்சி. எங்காவது
வெளிய போலாம்

02.18pm

சிவா

சென்னைல எங்க போறது.
எல்லா மொக்க. மழ வந்தா
ஒன்னு பண்ண முடியாது.

02.18pm

நவிரா

சரி அப்பறம்

02.18pm

சிவா

மாமல்லபுரம் போலாம்
சனிகிழம தங்கிட்டு
அடுத்த நாள் வந்துடலாம்.

அன்னைக்கு இரவு ஒரு
கஜக் முஜக் கூட
பண்ணலாம்.

02.18pm

நவிரா

ச்ச. எங்க சுத்துனாலு அங்கயே
வந்துருங்க.

02.18pm

சிவா

என்ன பண்ணுறது.
எங்களோட டிசைன் அப்படி

02.19pm

நவிரா

இப்போவே எல்லாத்தையும் பண்ணிட்டா
அப்பறம் என்ன பண்ணுவிங்க.

02.19pm

சிவா

ஏது. இது என்ன ஒரு நாள்ல
கெட்டு போற சான்வெஜ்ஜா
பல காலம் தீரா பொழியும்
வான் மழ. சும்மா ஊத்து
ஊத்துனு ஊத்தும்

02.19pm

நவிரா

யோவ் போதும்
ஒரு நேரம் காலமே இல்ல
ராத்திரி டாபிக்லா இப்போவே
பேச கூடாது.

02.19pm

சிவா

காமத்துக்கு காலமும்
புலமும் கிடையாது.

02.19pm

****

3.

சிவா வட சென்னையின் வியாசர்பாடி பகுதியை சேர்ந்தவன். பத்தாவது தேர்ச்சிக்கு பின் செளகார்பேட்டையில் இருக்கும் குருசாமி அரசு மேல் நிலை பள்ளியில் அறிவியல் பிரிவில் சேர்ந்தான். அங்கு மகேந்திரன், சந்திர சூடன் ஆகியோருடன் ஒரு நெருங்கிய பிணைப்பு ஏற்பட்டது. அன்று அவர்கள் மூவரும் காமத்தை பற்றி கலவியை பற்றி ஆண் குறியை பெண் பிட்டத்தை பற்றி பேச தொடங்கி முப்பது வயதை கடந்தும் எந்த தொய்வும் சலிப்புமின்றி எந்த நயமும் தாளமும் மாறாமல் இன்றும் பேசிக் கொண்டேயிருந்தனர். பெண் உடலும் உடலுறவும் பெரும் கனவாக இருந்தது. அவர்கள் கூடினாலே புணர்ச்சியை பற்றிய ஆபாச பேச்சுகளும் கிண்டலுமாகவே அமையும்.

பதினோராம் வகுப்பின் இடைபகுதியில் சந்திரன் வீட்டில் அனைவரும் அவசரமாக ஊருக்கு செல்ல வேண்டி வந்தது. வகுப்பிற்கு வந்து தகவலை சொல்ல மூவரும் பரபரப்பாக மாறிவிட்டனர். அன்று எப்படியாவது ஆபாச படம் பார்த்து விட வேண்டுமென முடிவெடுத்தனர். ஆனால் சந்திரன் வீட்டில் காட்சி இயக்கி இல்லை. மகேந்திரனும் சிவாவும் வகுப்பில் ஒருவனை மூளைசலவை செய்து மாலை பள்ளி முடிந்தவுடன் அவன் வீட்டிலிருக்கும் இயக்கியை சந்திரன் வீட்டிற்கு எடுத்து வர சம்மதிக்க வைத்தனர். பின் குறுந்தகடு வாங்க வேண்டும். எப்படியாவது நான்கு ஐந்து தகடுகள் வாங்கி விடலாம் என முடிவெடுத்தனர். அதற்கு நாற்பது ரூபாய் தேவைப்படும். சந்திரன் அவர்களின் கணக்கு வாத்தியாரிடம் வீட்டில் அனைவரும் ஊருக்கு சென்றுவிட்டனர் அவசரத்தில் சென்றதால் பணம் எதுவும் வைக்கவில்லை இரவு சாப்பிட பணம் வேண்டும் எனக் கூறி முப்பது ரூபாயை வாங்கி வந்தான்.

குறுந்தகடு வாங்க கடற்கரை நிறுத்தத்தில் உள்ள பர்மா பசாருக்கு செல்ல வேண்டும். மாலை புறப்பட்டால் திரும்ப தாமதமாகிவிடும் என மதியமே பள்ளியின் கழிவறை சுவற்றை ஏறிகுதித்து மூவரும் பேருந்து நிறுத்தத்திற்கு ஓடினர். அவர்கள் இதயம் படபடவென அடித்துக்கொண்டது. வியர்வை உடல் முழுக்க ஊற்றெடுக்க எங்கும் நிற்காமல் யாரும் நம்மை பார்த்துவிட கூடாது என தொடர்ந்து பள்ளி நிறுத்தத்தை கடந்து அடுத்த நிறுத்தத்திற்கு ஓடினார்கள்.

சிவா: ஓத்தா என்ன இப்படி நனஞ்சிருக்கு. நல்லா தொட டா.

சந்திரா: துணி ஏதாவது இருக்கா?

சிவா: இந்தா கர்சிஃப்பு. நீ எதுக்கு இப்போ சிரிக்குற

மகேந்திரன்: நல்லா வேகமா தொட டா. நேத்தி ராத்திரி அதுல தா அடிச்சி ஊத்திருப்பான்.

சந்திரா: ஓத்தா பூலு வாயுல தூக்கி வையன்.

மூவரும் சத்தமாக சிரிக்க அவர்களுக்கான பேருந்து நிறுத்தத்திற்கு வந்தது. வேகமாக ஏறி கடைசி இருக்கையில் ஒண்டிக்கொண்டனர். பள்ளி சீருடையிலிருந்ததால் நடத்துனர் பயணச்சீட்டை எடுக்க சொல்லி கேட்கவில்லை. கடற்கரை நிறுத்தம் நெருங்க நெருங்க மூவருக்கும் திகில் பற்றிக்கொண்டது.

மூவருக்கும் குழுந்தகடு வாங்க செல்வது இதுவே முதல் முறை. எவ்வாறு தகடை வாங்குவது யாரிடம் கேட்பது என யோசித்தபடியே சென்றனர். நண்பர்கள் அந்த கடை வீதியில் நடந்தாலே கடைக்காரன் கையை பிடித்து இழுத்து கேட்பான் என சொல்லியிருந்தனர். பயப்படாமல் பதறாமல் விலையை பேசி வாங்கி வர வேண்டும். காவல் அதிகாரிகள் கண்ணில் படாமல் ஓடிவந்து விடுவது தான் மிகவும் முக்கியம் என வழிமுறைகளை சொல்லியிருந்தனர்.

சந்திரா: மாமே இப்பவே ஜெட்டி டைட் ஆகிடிச்சி இவன் வேற பஸ்ஸ உருட்டுறான் புண்ட.

மகேந்திரன்: ஹாஹா ஹா.......

சிவா: ஓத்தா எதுக்கு இவ்வளவு சத்தமா சிரிக்குற கம்முனு இருடா...

சரியாக இருபது நிமிடத்தில் கடற்கரை நிறுத்தத்தை அடைந்தனர். அந்த நான்கு அடிக்கு ஆறடி சிறு வரிசை பெட்டிக் கடைகளை நெருங்கிய அவர்கள் பதட்டத்தில் கூறுகட்டி கிடக்கும் மீன்களை போல் ஒருவர் மேல் ஒருவர் நசுக்கிக் கொண்டு வேகமாக நடந்தனர். மூச்சிரைக்க வியர்வை வடிய திறு திறு முழிப்புடன் பள்ளி சீருடையில் அங்குமிங்கும் திரிந்த அவர்களை பின் புறமாக இருந்து ஒரு குரல் நிறுத்தியது.

"தம்பி என்ன வேணு"

சிவா: அதான்னா.... படம் தான்.

"இங்கிலீஷ் படமா... ஸ்பைடெர் மேன், ஹார்ரி பாட்டெர், டர்மினேட்டர்...."

சிவா: அது இல்லணா.... பிட்டு படம் இருக்கா....

"பிட்டு படமா... இங்கிலீஷா தமிழா? காசு நறைய ஆகுமே."

சந்திரா: அண்ணா முப்பது ரூவா தா இருக்கு பாத்து குடுணா...

"என்னப்பா நூறு ரூவா ஆகும்"

சந்திரா: ணா ப்ளீஸ்ணா அடுத்த வாட்டி தரன் இப்போ குடுங்கணா...

மகேந்திரன்: ணா ப்ளீஸ்ணா ரொம்ப கஷ்டம்ணா....

"சரி பா என்ன வேணு"

சிவா: ரெண்டு இங்கிலீஷ் ஒரு தமிழ் குடுங்க.

"தமிழ்ல மமிதா மேட்டரு வந்திருக்கு வேணுமா."

சந்திரா: மமிதா வா.... சரி தாங்க.

மூவரும் கடையை ஒட்டி நிற்க அவன் வலது புறமாக ஐந்தாறு கடைகளை தாண்டி சென்று மறைந்தான். நான்கு நிமிடம் கழித்து கருப்பு நெகிழி பையில் தகடுகளை எடுத்து வந்தான். வேகமாக காசையும் தகடையும் இடம் மாற்றினார்கள்.

"தம்பி தமிழ் ஹீரோயினி எல்லா மேட்டரும் இருக்கு நூறு ரூவா தா பா வாங்கிகிறியா...."

சிவா: காசு இல்லணா அடுத்த வாட்டி வாங்கிகிறன்.

"அட சரி அம்பது தா சம மேட்டர் பா"

சிவா: காசு சுத்தமா இல்ல....

அவர்கள் கூறிக்கொண்டே அந்த இடத்தை விட்டு நகர்ந்து வந்தனர். பத்தடி கடந்தவுடன் "ஏய்" என ஒரு குரல் கேட்டது. மகேந்திரன் பயத்தில் தங்களை தான் அழைக்கிறார்கள் என திரும்பி பார்க்காமல் முன்னிருந்த சுரங்க பாதையை நோக்கி ஓடினான். அவனை பின்தொடர்ந்து இருவரும் ஓடினார்கள். சிவாவால் தகடை ஜட்டிக்குள் திணித்தபடி வேகமாக ஓட முடியாமல் தாமதமாக வந்தான். சுரங்க

பாதையின் மறுமுனைக்கு வர அவர்களுக்கான பேருந்து வந்தது. மகேந்திரனும் சந்திரனும் ஏறி விட்டனர். சிவா தவற விட்டான். பின் சரியாக பேருந்து நெரிசலில் சிக்கிக்கொள்ள விரட்டிச்சென்று அதில் தாவி தொற்றிக்கொண்டான்.

இரண்டு நிமிடம் நிதானித்த பிறகு சந்திரன் மெதுவாக சிரிக்க தொடங்கினான். அவனுடன் இருவரும் சேர்ந்துகொண்டு இடைவிடாமல் சிரித்தனர். சந்திரன் வீட்டை அடையும் வரை மூவரும் விடாமல் சத்தமாக சிரித்துக்கொண்டேயிருந்தனர்.

****

4.

11.00pm

திங்கள், 03 டிசம்பர் 2018

நவிரா calling...

"சொல்லு சாப்டியா?"

"சாப்ட நீங்க"

"சாப்டுவோம் சாப்டுவோம்...."

"இப்போ எதுக்கு சிரிப்பு"

"சும்மா தா சொல்லு என்ன பண்ணுற"

"ம்ம்.... மாமல்லபுரம் போலாம். ஆனா சான்வெஜ்லான் கெடையாது."

"அப்புறம்."

"சும்மா பேசிட்டு வந்துட வேண்டி தான்"

"பேசிட்டா போச்சி"

"என்ன டோனே சரியில்ல"

"ஒன்னுயில்ல சான்வெஜ் சாப்புடுனுலா இல்ல அங்க போவோம் தங்குவோம் அதுவா நடந்தா தடுக்க வேணா இல்ல ஃபோர்ஸ் பண்ணிலா எதுவு வேணா."

"ம்ம்."

****

செவ்வாய், 04 டிசம்பர் 2018

நவிரா

சான்வெஜ் எப்படி பண்ணுவீங்கனு முழுசா சொல்லவே இல்லையே.

01.24am

****

சிவாவின் பேச்சும் வகுப்பும் பயிற்சி பட்டறை மாணவர்களுக்கு பெரும் உந்துதலாகவும் நம்பிக்கையாகவும் அமைந்தன. அன்று நாள் முடிந்தவுடன் மாணவர்கள் பலரும் சிவாவுடன் புகைப்படங்கள் எடுத்துக்கொண்டும் அவனின் எண்ணையும் குறித்துக்கொண்டனர். மெல்ல ஒருவர் பின் ஒருவராக கலைய நவிரா சிறு தயக்கத்துடன் சிவாவை அணுகினாள். அவள் இயல்பில் இல்லை என புரிந்தது. சிவா அவளை நேராக பார்த்து புன்னகித்தான்.

"ஹாய் சார் எப்படி இருக்கிங்க?"

"நல்லாயிருக்க நீங்க? சொல்லுங்க..."

"க்ளாஸ் நல்லாயிருந்துச்சி நா உங்ககிட்ட உதவி இயக்குனரா சேந்துக்கலாமா?"

அதை கேட்ட சிவா மெல்லியதாக மீண்டும் புன்னகித்தான். "நா சொல்ல வந்ததே தன்னாட்சி பட உருவாக்கம் பத்தி தான" என்றான்.

அதை தொடர்ந்து வந்த நாட்களில் நவிரா சிவாவிற்கு வாழ்த்து செய்திகளையும் காலை மாலை வணக்கங்களையும் விடாமல் தெரிவித்தாள். அவனின் அனைத்து நேர்காணல்களையும் பார்த்து அதை பற்றி பேசுவாள்.

"நீங்க மட்டும் தான் என்னோட எல்லா பேட்டியையும் பாக்குறிங்க."

"சீக்கிரமா எல்லாரும் பாப்பாங்க சார். அடுத்த படம் எப்போ எடுக்க போறிங்க."

"சீக்கிரமா"

அவள் அவன் கலந்து கொண்டு பேசும் அனைத்து பொது நிகழ்விற்கும் முதல் ஆளாக வந்து விடுவாள். சிவா பேசிவிட்டு கீழிறங்கி அவளை பார்த்து அவள் அருகில் வரும் போதெல்லாம் அவள் இருக்கையிலிருந்து சட்டென எழுந்துவிடுவாள். அவளின் மார்பு அடித்துக்கொண்டு புடைத்தெழும். ஒளிரும் மஞ்சள் விளக்கில் அடையிலிருந்து கருத்து ஒழுகும் தேன் போல் அவள் மேனி உருகும். நவீனமான உடையில் கூட்டத்தை பிரித்தபடி கம்பீரமாக நிற்பாள்.

நவிராவிற்கு தன் மேல் ஈர்ப்பு இருப்பதை புரிந்துக்கொண்ட சிவா ஆரம்பத்தில் தவிர்த்து வந்தான். அவனின் நிராகரிப்புகள் அவளை

மேலும் அவனை நோக்கி நெருக்கி தள்ளியது. இப்படியே ஒன்பது பத்து மாதங்கள் உருண்டோடின. பின் ஒரு நாள் நவிரா சிவாவை அழைத்தாள்.

"உங்களுக்கு புரிதா இல்ல நடிக்கிறிங்களா?" என்றாள்

"இல்ல புரிது இல்ல புரியல" என சிவா சொல்லிவிட்டு நகைத்தான்.

"சிரிக்காதிங்க ..."

ஐந்தாறு நொடிகள் மௌனத்திற்கு பிறகு நவிரா சிவாவை பிடித்திருப்பதாக காதலிப்பதாக நேரடியாக சொன்னாள்.

"என்ன பத்தி உங்களுக்கு எதுவுமே தெரியாது. சும்மா நாலு தடவ பேசுனது வச்சி என்னனு முடிவு பண்ணிங்க. நம்ம என்ன ஸ்கூல் பசங்களா பாத்தோனே காதல் பண்ண."

"அதலா எனக்கு தெரியு என்ன புடிச்சிருக்கா இல்லையா ஒரே வார்த்தைல சொல்லுங்க"

"நா பொண்ணுங்கள புடிக்காதுனு சொல்லவே மாட்டன்"

"இத என்னனு எடுத்துக்கறது"

"நா பயங்கரமா தண்ணி அடிப்பன். அதோட கஞ்சா வேற. இதலா உங்களுக்கு தெரியாது."

"ஓ அப்படியா நானு நல்லா கம்பனி தருவனே"

"ஹஹாஹா.... நா காமக்கொடுரேன். நறைய பொண்ணுங்களோட கஜக் முஜக் நடந்திருக்கு."

"ஓ நல்லாயிருக்கே பாத்துக்கலாம் பாத்துக்கலாம்."

"பாப்பிங்க பாப்பிங்க"

****

செவ்வாய், 04 டிசம்பர் 2018

சிவா

சான்வெஜ் பண்ணுறத வாயில
சொல்லாம செஞ்சே காட்றேன்

2.12am

நவிரா

ம்ம் காட்டுவிங்க
காட்டுவிங்க. கனவு தான்
காணனு
சரி தூங்கலயா

2.14am

சிவா

தம்பி தூங்குனாதானே
நா தூங்குறது

2.14am

நவிரா

தம்பியா யார் தம்பி?

2.14am

****

5.

சந்திரா: நேத்தி ஒரு படம் பாத்தன் டா செம பெருசு அவனுக்கு. ஓம்மாள ஓத்தான் பாரு பொண்ணு கதறிட்டா. அர மணி நேரம் மேல விடாம அடிச்சிருப்பான்.

மகேந்திரன்: ஆமா டா பெருசா இருந்தா தா கெத்து. பொண்ணுங்களுக்குலான் பெருசா இருந்தா தா புடிக்குமா. அப்பற ரொம்ப நேரம் அடிக்கனு.

சந்திரா: பொண்ணுங்களுக்குலான் எவ்வளவு போட்டாலு திருப்தியே ஆகாது தெரியுமா. நம்மலா சீக்கிரமா அவுட் ஆயிட்டோ....ன் கத காலிதா. ஹா ஹா ஹா...

"சைலென்ஸ்.... பின்னாடி என்ன சத்தம் க்ளஸ கவனி சைலென்ஸ்."

சிவா: ஓத்தா மெதுவா சிரி வாய தொறந்தாலே சத்தம் கேக்குது.

மகேந்திரன்: சரி அதவுடு பசங்களுக்கு எவ்வளவு பெருசா இருக்கனும்?

சந்திரா: என்ன ஒரு ஆறடியாவது இருக்கனும்.

சிவா: பூலு ஆறடியான் பொட்ட டேய் அள்ளிவுடு ஆறடினா எவ்வளவு தெரியுமா? நம்மளே ஆறடி இருக்க மாட்டோம். அண்டர் டேக்கர்*, கேன்னே* ஆறு ஏழு அடி தான் இருப்பாங்க.

சந்திரா: டேய் தூம அடினா கம்மிடா தோ இவ்வளவு பெருசு தான் இருக்கும்.

சிவா: டேய் சுன்னி நீ காட்றது இன்ச்டா. அடினா காலு, பாதம் பெருசு இருக்கும். நீயாட்டம் அள்ளிவுடு.

மகேந்திரன், சிவா: ஹா ஹா ஹா.......

"ஏய் சைலன்ஸ் சிவா என்ன சிரிப்பு எழுந்துரு எரும கூட்டமா நீ, என்ன அப்படி சிரிக்குற. லாஸ்ட் ரொ கெட் அப். என்ன சொன்ன சொல்லு, சொல்லுடா எரும, நா தொண்ட தண்ணி போக கத்துற எல்லா பல்லு தெரியுது. நா என்ன சொன்ன சொல்லு நிக்காத. மகேந்திரன் பன்னி நீ சொல்லு.... மூனு பேரும் வெளிய போய் முட்டி போடு க்ளஸ் முடிஞ்சி பாத்துக்குறன். வெளிய போ எரும கூட்டம். சிரிக்காதிங்க சைலன்ஸ்."

மகேந்திரன்: ஹா ஹா ஹா....

சிவா: மெதுவா சிரிடா கேக்க போது.

"பன்னி கூட்டம் வெளிய போயும் சிரிக்குது பாரு இதுலா தேறாது...."

மகேந்திரன்: சரி அப்போ எவ்வளவு பெருசா இருக்கணும்?

சிவா: டேய் நா எங்கயோ எட்டு பத்து இன்ச்சு இருக்கணுனு படிச்சிருக்கன்.

மகேந்திரன்: இன்ச்சா இன்ச்சுனா என்னடா. செண்டி மீட்டர்ல இருந்தா புரியும். எவ்வளவு செண்டி மீட்டர்?

சிவா: எனக்கும் சரியா தெரில.

மகேந்திரன்: யாருக்கு தெரியும்

சந்திரா: கணக்கு புள்ளைக்கிட்ட கேப்போம்.

சிவா: சரி போலாம். ஸ்டாஃப் ரூம்ல தா இருப்பான்...

மகேந்திரன்: டேய் இது வந்து பாத்தா கத்துமே.

சந்திரன்: ஏ பாத்துக்லான் வாடா.

மகேந்திரன், சிவா, சந்திரா: சார் வணக்கம் சார்

"என்னடா க்ளஸ் இல்லயா"

சந்திரா: பி.டி. பீரியட் சார் அதா...

"சரி சொல்லு என்ன?"

சிவா: சார் ஒரு டௌட்டு

"என்ன சொல்லு "

சிவா: போன வாரம் சந்திர சூடன் ஹை ஜம்ப் தாண்டுனா சார். அவதா சார் ஃபர்ஸ்ட். ஹைட்ட இன்ச்சா சொன்னாங்க புரியல. செண்டி மீட்டர்ல எவ்வளவு வரும் சார்.

"ஹை ஜம்ப்லா பண்ணுவியா நீ. ஒரு இன்ச்சுனா ரெண்டர செண்டி மீட்டர் வரும் டா. அப்படியே கூட்டிக்க வேண்டிதா."

சிவா: ஓக்கே சார் நன்றி சார்

மகேந்திரன், சந்திரா: நன்றி சார் நன்றி சார்

"டேய் ஓடாத. டேய் எவ்வளவு தாண்டுனா...?"

சிவா: மாமே எட்டு இண்டு ரூ பாய்ண்ட் ஃபை இருவது செண்டி மீட்டர் வருது.

மகேந்திரன்: பத்து இன்ச்சுக்கு?

சிவா: பத்துக்கு இருவத்தஞ்சி வருதுடா

மகேந்திரன்: சரி ஒனக்கு எவ்வளவு டா?

சிவா: தெரிலடா இனிமே தான் பாக்கணும்

மகேந்திரன்: ஒனக்கு எவ்ளோ டா?

சந்திரா: எனக்குலான் முப்பது செண்டி மீட்டர் மேல வந்துடுடா....

சிவா: தூ வாயுல உடன்.

மகேந்திரன்: ஹா ஹா ஹா....

****

6.

நாட்கள் நகர்ந்தாலும் நவிராவின் தீவிரத்தன்மை குறையவில்லை. சிவா அவளிடம் பேசும் நேரம் அதிகமானது. மெல்ல தனிப்பட்ட விஷயங்களையும் பகிர்ந்து கொள்ள தொடங்கினான். சிவாவின் படம் சார்ந்த சிறுசிறு வேலைகளையும் நவிரா கவனிக்க தொடங்கினாள்.

"வேலூர்ல நண்பர் ஒருத்தர் நம்பர் அனுப்புற. என்னோட அசிஸ்டன்ட் பேசுவாங்கனு அவர்கிட்ட சொல்லியிருக்க. நீங்க பேசுங்க புத்தகம் ரெண்டு தருவாரு வாங்கி வச்சிக்கோங்க. சென்னை வரும் போது எடுத்துட்டு வாங்க."

"சரி அப்பறம்"

"அப்பறம் என்ன. என்ன பண்ணுறிங்க சாப்புடிங்களா?"

"ம்ம் அப்பறம்."

"ச்சு...சரி என்ன எதுக்கு புடிச்சிருக்கு?"

"நீங்க ஒரு தனித்துவமான பீஸ் டைரெக்டர் அதான்"

"நா ஒரு மூணு பொண்ணுங்கள நேசிச்சிருக்கன். அவங்களான் என்ன புடிக்கலனு சொல்லிட்டாங்க. தூரமா இருந்து பாத்தா நல்லாயிருக்கும் பக்கத்துல வந்தா புடிக்காது."

"மூணு பொண்ணுங்க ரெண்டு ஆன்ட்டிங்கள லவ் பண்ணிருக்கிங்க இந்த கதையெல்லாம் பத்து தடவ மேல கேட்டாச்சி. நா அவங்க இல்ல. அதுங்க லூசு மதிப்பு தெரியுல."

"இனி ஒன்னு பண்ண முடியாதா?"

"ஒன்னு பண்ண முடியாது. நீங்க மாட்டிக்கிட்டிங்க."

****

7.

"SIN (A+B) என்ன வரும்?"

"SIN(A) COS(B) + COS(A) SINA(B)"

"ம்ம் COS (A+B) என்ன?"

"COS(A) COS(B) + SIN(A) SIN(B)"

என சிவாவின் கணக்கு வாத்தியார் கேள்வி கேட்க வகுப்பு மொத்தமாக பதிலளித்துக் கொண்டிருந்தது.

மகேந்திரன்: சிவா நேத்தி பாத்தியா?

சிவா: பாத்தன் எனக்கு பதிநாலு செண்டி மீட்டர் தான் வருது உனக்கு?

மகேந்திரன்: எனக்கும் 14 ,14.5 செண்டி மீட்டர் தான்டா வருது.

சிவா: என்ன பண்ணுறது ரொம்ப கம்மியா இருக்கே.

மகேந்திரன்: தெரியலயேடா நேத்தி பாத்தோனே சம காண்டா ஆய்டிச்சி.

உனக்கு எவ்வளவு டா வருது?

சந்திரா: நா தா சொன்னனே மச்சி முப்பது செண்டி மீட்டர் எனக்குனு.

சிவா: டேய் ஓலு வண்டி வாய தொறந்தாலே ஓலு.

மகேந்திரன்: ஹாஹாஹாஹா…. ஓத்தா ஓலு வண்டி ஹாஹாஹாஹா….

சந்திரா: டேய் பாடு உண்ம தான்டா நா எதுக்கு பொய் சொல்ல போறன். வேணா வாயில வச்சி பாருங்க. அதலான் ஜீன் மச்சி உயரத்துக்கு அதுக்கு சம்மந்தமே இல்ல. எங்க தாத்தாக்குலா சம பெருசு.

மகேந்திரன்: அத நீ எப்போ பாத்த.

சிவா, மகேந்திரன்: ஹாஹாஹாஹா….

சந்திரா: டேய் எதுக்கு சிரிக்கிரிங்க எங்க ஊர்லயே எங்க தாத்தாவா குதுர குண்டினு தான் கூப்புடுவாங்க. நம்புனா நம்பு இல்ல கௌம்பு.

"இந்த ரெண்டு சம்மையு லன்ச்குள்ள முடிச்சி வைக்கணும். லன்ச் முடிச்சிட்டும் நா தான் வருவேன்"

"ஓஒ஑.... சார்...."

"ச்சி என்ன சார்.... நான்செ ன்ஸ். சந்திர சூடன் மகேந்திரன் தான் போர்ட்ல வந்து போட போறிங்க."

சிவா: ஹாஹாஹா... ஓத்தா மாட்டுனிங்கடா சுன்னி.

****

"ஓஒ஑.... சார்...."

"ச்சி என்ன சார்.... நான்செ ன்ஸ். சந்திர சூடன் மகேந்திரன் தான் போர்ட்ல வந்து போட போறிங்க."

சிவா: ஹாஹாஹா... ஓத்தா மாட்டுனிங்கடா சுன்னி.

8.

சிவா: ஏய் சரி எப்படி பெருசாக்குறது?

மகேந்திரன்: மருந்துங்க ஏதாவது இருக்கும் டா....

சந்திரா: ச்சி மருந்துலாம் சும்மா ஏமாத்து வேல. ரெண்டு மூனு யோகா இருக்கு சொல்லி தந்தா பண்ணுவிங்களா? நாலான் தெனமு யோகா பண்ணி தான்டா இவ்வளவு பெருசாக்குன.

சிவா: என்ன யோகா?

சந்திரா: காலைல பாத்ரூம் போய்ட்டு ஜெட்டியலா கழட்டிட்டு கால இதோ பாரு இது மாதிரி நல்லா விரிச்சிக்கோங்க. இன்னு கூட விரிக்க முடிஞ்சா விரிச்சிக்கோங்க.

மகேந்திரன்: சரி சொல்லுடா சம்சா மூஞ்சி

சந்திரா: ஏய் குட்டி குஞ்சி கம்முனு கேளு. ஒரு கயிறு எடுத்துக்க ஒரு முனைய குஞ்சில கட்டிக்கோ இன்னொரு முனைய சின்ன கல்லு இல்ல தண்ணி பாட்டில கட்டி தொங்க விடு. மெதுவா முன்ன பின்ன ஆட்டணும். இதோ பாருடா இது மாதிரி ஆட்டணும். மொதல்ல வெயிட்டலான் ரொம்ப போட கூடாதுடா. ஆர்வத்துல போட்டா பிச்சிக்கும். ஹாஹாஹா....

சிவா: எவ்வளவு வெயிட்டு போடணும்டா டைனோசர் குஞ்சி?

சிவா, மகேந்திரன்: ஹாஹாஹா...

சந்திரா: டேய்... சும்மா ஒரு நூறு கிலோ போடு.

சிவா: நூறு கிலோவா ஓத்தா டேய் ஓலு வண்டி நூறு கிலோனா எவ்வளவு தெரியுமாடா.

மகேந்திரன்: ஹாஹாஹா....

சந்திரா: ச்சி நூறு கிராமா... சரி அதலா எனக்கு தெரில இதோ பாரு இந்த கல்லு அளவு போதும். பயிற்சி ஆக ஆக வெயிட்ட அதிக படுத்திக்கலாம். நாலான் ரெண்டு மூனு செங்கல்லே தொங்க விடுவேன்டா.

மகேந்திரன்: சரி வேற என்ன யோகா இருக்கு?

சந்திரா: முதல இத பண்ணுங்கடா காக்கா குஞ்சி. படிபடியா போலாம்.

****

9.

"உடம்பு எப்படி இருக்கு?"

"ஆ பரவால. தல வலிதா கொஞ்சயிருக்கு"

"மாத்துர போட்டியா சாட்டியா?"

"ஆ ஆ போட்டாச்சி போட்டாச்சி. என்ன டைரெக்டருக்கு புதுசா அக்கற."

"அதலான் ஒன்னுமில்ல. அசிஸ்டன்ட்கு உடம்பு சரியில்லனா விசாரிக்க மாட்டாங்களா."

"விசாரிப்பாங்க விசாரிப்பாங்க."

நவிரா சிவாவை மெல்ல ஆட்கொள்ள தொடங்கினாள். அவளின் விரிந்த மாயமான கரு விழிகளும், சிவந்து பூக்கும் அல்லி இதழ்களும் அவன் நினைவை எந்நேரமும் விரட்டிக்கொண்டேயிருந்தன. முப்பது வயதை தொட்டு விட்ட சிவா எந்த ஒரு பொருளாதார பிடிப்புமில்லாமல் மின்னி மயக்கும் வெள்ளித்திரைகளை நோக்கி ஓடிக்கொண்டேயிருந்தான். அவனின் பொருளாதார புரிதலை பற்றி சொல்ல வேண்டுமானால் அவனின் வளர்ந்து தொங்கும் மயிர்களை வெட்டாமல் அவனே மொட்டை அடித்துக் கொள்வான். மொட்டை போட்டால் அடுத்து வரும் நான்கு மாதங்களுக்கு மயிரை பற்றிய எந்த கவலையுமில்லை. மீண்டும் வளர்ந்து தொங்கும் முடியை மொட்டை அடிப்பான். இப்படியே மூன்று நான்கு வருடத்தை கடத்தி விட்டான். இதையெல்லாம் பற்றி பேச யாருக்கு புரியும். வெளியில் வளர்ந்து வரும் திரைத்துறை மாணவர்களுக்கும் அவன் பின் வரும் உதவி இயக்குனர்களுக்கும் தன்னாட்சி இயக்குனர்களுக்கும் ஓர் தன்னாட்சி படத்தை வெற்றிகரமாக முடித்து பல விருதுகளை வாங்கிய நம்பிக்கை நபர் மட்டுமே. கிழிந்து ஓட்டையான மணிபர்ஸ் யார் கண்ணுக்கும் படுவதில்லை. அவன் வீட்டில் பெரிய வறுமை என சொல்லி விட முடியாது. ஆனால் ஒரு வயதிற்கு மேல் அடிப்படை தேவைகளுக்கு கூட பிறரை நாடி நிற்க அவன் மனம் கூசியது. இந்த நிலையில் நவிராவின் காதல் அவனுக்கு ஒரு வித சுமையாகவேப்பட்டது. ஆனால் நவிராவோ பூவின் மகரந்தத்திலிருந்து தேனை உறிஞ்சும் தேனீக்களை போல் அவளுக்குள் அவனை உறிஞ்சிக்கொண்டே வந்தாள்.

****

செவ்வாய், 04 டிசம்பர் 2018

நவிரா

மாமல்லபுரம் பாதுகாப்பா இருக்குமா?

11.12am

சிவா

நல்ல பெரிய ஹோட்டலா போலாம்.

பாதுகாப்பா தான் இருக்கும்.

11.12am

நவிரா

கேமராலான் இருக்கும்னு சொல்றாங்களே.

11.12am

சிவா

இருந்தா என்ன? ஹீரோ ஹீரோயின் ஆகுறதெல்லாம் எவ்வளவு கஷ்டம் தெரியுமா?

11.12am

நவிரா

யோவ்....

11.13am

****

"கலைஞனுக்கு ஆண் பெண் பாகுபாடெல்லாம் கிடையாது. அவங்க இயக்குனர். பெண் இயக்குனர் அதனால பெண் உணர்வ நல்லா காட்டிட்டாங்கனு சொல்லுறத ஏத்துக்க முடியாது. அவுங்களால ஆண்

உணர்வையும் சரியா காட்ட முடியும். அது ஒரு உணர்தல் புரிதல் தான். அவுங்க நெறைய நல்ல படங்கள எடுக்கணும். நன்றி."

"நன்றி சிவா. உங்க படம் உலக பட விழாக்கள்ல கலந்துகிட்டது போதும். சீக்கிரம் வெள்ளித்திரையுல வெளியிடுங்க...." என நிகழ்ச்சி தொகுப்பாளர் சிவாவின் உரைக்கு நன்றி தெரிவிக்க அவன் அந்த விழா மேடையிலிருந்து கீழிறங்கிக் கொண்டிருந்தான்.

"எதுக்கு இவ்வளவு தூரம் வரனும்?"

"சும்மா தான் டைரெக்டர். அதலா உங்களுக்கு புரியாது."

"நானே சும்மா ஒளறிட்டு வரன்."

"பரவால்ல ... உங்க ஒளறல் நல்லாயிருக்கு."

அது ஒரு பனிக்கொட்டும் மார்கழி இரவு. அண்மையாக வெளிவந்து வெற்றியடைந்திருந்த ஒரு தமிழ்பட பாராட்டு விழாவில் சிவாவை பேச அழைத்திருந்தார்கள். அந்த செய்தி அறிந்து நவிரா இருநூறு கிலோமீட்டர் பயணித்து அந்த நான்கு நிமிட பேச்சை பார்க்க வந்திருந்தாள். முதன்மை சாலையை கடந்து பனி மூட்டம் படர்ந்து பார்வையை மறைக்கும் நிசப்தமான குறுக்கு சாலையில் இருவரும் நடந்து கொண்டிருந்தனர். இருபுறம் நின்ற அடர்த்தியான மரங்கள் அவர்கள் பேச்சிற்கு சாட்சியாக அசைந்தாடின.

"நா உன்ன கட்டிக்கிற நவிரா"

"எனக்கு அது தெரியு டைரெக்டர். ஆனா எனக்கு அது தேவயில்ல."

"அப்பறம்?"

"காதல். உங்களோட காதல் வேணு"

"காதல் இல்லாம கட்டிக்கிறனு சொல்லுவாங்களா"

"இந்த பொண்ணு சும்மா தொந்தரவு பண்ணுதுனு கட்டிக்கிறேனு சொல்லுறிங்க......

......என்ன கம்முனு நடக்குறிங்க"

"இல்ல சும்மா யோசிக்கிற"

"என்ன யோசன"

"ம்..... காதல்னா என்னனு.... எப்படி காதலிக்கறதுனு. எனக்கு பேச எழுத தெரியு, விளையாட, சிரிக்க, கோவப்பட, அக்கறப்பட, புரியாத விசியத்த புரிஞ்சிக்க முயற்சி பண்ணுவன். அப்பறம் காமமா நெறைய யோசிக்கலாம். ஆனா காதல் வேணுனா எப்படி என்ன செய்யுறது. கொஞ்சிகிட்டே இருக்கனுமா.

என்ன சிரிக்கிற."

"ஒன்னுமில்ல. இப்போ போலவே எப்பவு இருங்க."

"ம்ம்... முயற்சிப்போம்."

"சரி வாங்க சாப்டலாம் பசிக்குது."

"என்ன சாப்டலாம். பெரிய ஹோட்டலா கூட்டிட்டு போ."

அன்று இரவு வெகு நேரம் பேசியபடி இருந்தனர். அடுத்த நாளும் நவிரா சென்னையிலேயே தங்கிவிட்டாள். பின் அந்த நாள் முழுக்க இருவரும் தியாகராய நகரை சுற்றி வந்தார்கள். இரவு கோயம்பேடு பேருந்து நிலையம் அடைந்த நவிரா அவள் பேருந்தில் ஏறிக்கொண்டாள். பேருந்து ஆள் அரவமற்று அனாதையயாக கிடந்தது. சிவா அவள் இருக்கையின் அருகில் சென்று அமர்ந்தான்.

"இது ரொம்ப காமடியா இருக்க போது நவிரா. நீங்க பெரிய செலிப்ரிட்டிய கரெக்ட் பண்ணிட்டிங்க. நாளைக்கு நா யாராவது ஒரு ஹீரோயின்க்கு முத்தம் குடுத்துட்ட மாதிரி ஃபோட்டோ வரும் ஆனா அது நா இல்ல என்னோட புகழ கெடுக்க யாராவது மார்ஃபிங் பண்ணி போட்டுருப்பாங்க. அதுக்குலா நீ சண்ட போடக் கூடாது. இப்போவே சொல்லிட்டன்"

"ச்ச ச்ச சண்டலா போட மாட்ட கொல தான். ஆள் இருந்தா தான மார்ஃபிங் பண்ணுவாங்க."

"ஆ சிறப்பு ஒரு இயக்குனர மூள சலவ செஞ்சி கரக்ட் பண்ணிட்டு கொல வேற பண்ணுவிங்களா சிறப்பு."

"யாரு நானா. படிக்க வந்த புள்ளைக்கு ஒழுங்கா சொல்லிக் குடுக்காம கண்ணக்காட்டி மயக்கிட்டு பேசுவிங்க பேசுவிங்க."

"பேசுவோம் பேசுவோம். பத்ரமா ஊருக்கு போய்ட்டு கூப்புடுங்க."

****

செவ்வாய், 04 டிசம்பர் 2018

நவிரா

டைரெக்டர் லீவு சொல்லிட்ட
சனிக்கிழம காலைல 12 மணி போல சென்னைக்கு வந்துடுவேன்

10.13pm

சிவா

சான்வெஜ் நேரம்

11.03pm

நவிரா

ம் ம் கனவு தான்

11.03pm

சிவா

பாப்போம் பாப்போம்.

11.03pm

****

10.

மகேந்திரன்: எப்படி மச்சி செஞ்ச?

சந்திரா: அதலான் ஒரு ஃபிகர பாத்தோனே தெரிஞ்சிடுடா இதுலான் மடங்குமா மடங்காதானு. நாலான் பாத்தோனே தட்டி தூக்கிடுவென்டா.

மகேந்திரன்: சரி சொல்லு டா எப்படி போட்ட?

சந்திரா: சிவா இன்னு வரல?

மகேந்திரன்: வந்திருப்பான் டா. க்ளாஸ்ல இருப்பான். இரு நா போய் கூட்டிட்டு வந்துடுறேன்.

சந்திரா: சரி போ சீக்கரம் வா. ப்ரேயர் ஆரம்பிக்க போது.

சிவா: டேய் எங்கடா போய்டிங்க. நானே உங்கள தான் தேடிகிட்டு இருக்க.

மகேந்திரன்: ஏய் சந்திரா ஆனுவல் லீவுல ஒரு ஃபிகர போட்டானான்டா. மைதானத்துல பசங்கள எல்லாத்தையும் கூட்டி வச்சி கத சொல்லிட்டு இருக்கான். நா தான் உன்னையு கூட்டிட்டு வரனு வந்தன்.

சிவா: டேய் அவனே ஒரு ஓலு வண்டி. சும்மா கத வுடுவான்.

மகேந்திரன்: இல்லடா உண்ம தான் ஃபிகரோட ஃபோட்டோலான் எடுத்துருக்கானான்.

சிவா: ஓத்தா அப்போ ஓத்துட்டானா. இவனுக்குலா எப்படி மாட்டுதோ. வாடா. எங்க இருக்கா?

மகேந்திரன் சிவாவை மைதானத்திற்கு அழைத்து வர சந்திரன் ஒரு சிறு கூட்டம் சூழ நடு நாயகமாக அமர்ந்திருந்தான்.

"என்ன மச்சி, புது மாப்புள, முதலிரவு முடிச்ச மாப்புள...." என கத்திக் கொண்டே சிவாவும் மகேந்திரனும் அங்கு வந்து சேர்ந்தார்கள். சரியாக மைதானத்தில் காலை ஒன்றுகூடலுக்கான மணியும் அடிக்கப்பட்டது. உடற்கல்வி ஆசிரியர் விசிலை அடித்தபடி மாணவர்களை வரிசையில் நிற்க ஆணையிட்டுக்கொண்டிருந்தார். சிவாவும் மகேந்திரனும் கதை கேட்கும் ஆர்வத்தில் சந்திரனை இழுத்துக்கொண்டு மைதானத்திலிருந்து விலகி பின்பக்க கழிவறையை நோக்கி ஓடினார்கள்.

சிவா: ஏ சொல்லுடா உட்டுட்டியா இல்ல காய மட்டுதான் கசக்குனியா?

மகேந்திரன்: பொட்டபாடு சொல்லுடா. சிரிக்காத சொல்லு.

சந்திரா: ஏ அமைதியா பேசு ஹெட் மாஸ்டர் கொரல் கேக்குது.

சிவா: அவன் கடக்குறான் சுன்னி. நீ இப்போ சொல்லுரியா இல்லையா?

சந்திரா: சரி டா. ஆனுவல் லீவ் உட்டோனே செங்கல்பட்டு போனடா. அங்க எங்க ஆயா வீட்டு மாடி மேலயே புதுசா ஒருத்தங்க வாடகைக்கு வந்திருந்தாங்க. பொண்ண பாத்தோனே தெரிஞ்சுது சோக்குனு. ரெண்டு மூனு நாள் பேச்சிக் குடுத்து தட்டிவிட்டுட்டேன்.

சிவா: எப்படி, எப்படி டா என்ன பண்ண?

சந்திரா: அவ புருஷன் எப்போவு வீட்டுல இருக்க மாட்டான் டா. ஒரு நாள் ஊருக்கு போனான். என்ன அன்னைக்கு ராத்திரி பாயாசம் சாப்புட கூப்புட்டா.

மகேந்திரன்: மச்சிசி...பாயாசமா கலக்கிட்ட...

சந்திரா: டேய் கத்தாத.

சிவா: ஏய் அதலான் ஒன்னுமில்ல நீ சொல்லு அப்பறமா என்ன ஆச்சி?

சந்திரா: நைட்டு அவ வீட்டுக்கு போன. நா உசாரா உள்ஜெட்டி போடாமலே போன மச்சி. வெளியந்து கொரல் கொடுத்தன். அவ குளிக்குறன் உள்ள வந்து உட்கார சொன்னா. நா வெளி கதவ சாத்திட்டு சோபால போய் உட்காந்த. கொஞ்ச நேர கழிச்சி பாத்ரூம் கதவ தொறந்துட்டு பாவாடையோட வெளிய வந்தா. ஓத்தா அவள பாத்தோனே டென்ஷன் ஆய்டிச்சி. என்னோட ஜெட்டி கூடாரம் போட்டுக்கிச்சி. அவ என்னோட சாமான பாத்தோனே த்தா பதறிட்டா. அவளு அவ பாவாடைய பதட்டத்துல கீழவுட்டுட்டா. பயத்துல கண்ண மூடிக்கிட்டா. எனக்கு கண்ணாபின்னானு சுடேரிடுச்சி. வேகமா அவ கிட்டக்க போன. அவ கையால என்னோட சாமான புடிச்சன். த்தா உடம்புல கரண்டு பாஞ்ச போல இருந்துது.

"டேய் பொறுக்கி பசங்களா ப்ரேயர் நடக்குறப்போ இங்க என்னடா பண்ணுறிங்க. என்ன பேசிக்கிட்டிருக்கிங்க."

சந்திரா: சார் ஒன்னுமில்ல சார் உடம்பு சரியில்ல மயக்கம் வர மாதிரி இருந்துது அதா இங்க வந்து நின்னுட்டோம்.

"ஏய் வாய மூடு நல்லா தடி மாடு மாதிரி இருக்கிங்க உடம்புக்கு என்ன உடம்புக்கு. மொதல வெளிய வா. எருமைங்களா வெளிய வா. முட்டி போடுங்க முட்டி போடுங்க டா."

சந்திரா, சிவா, மகேந்திரன்: சார் சாரி சார்…. சார் ப்ளீஸ் சார் சார் சார் சார்….

"ஏய் வாய மூடு. ப்ரேயர் முடியுற வர கம்முனு முட்டி போடு. பொறுக்கி பசங்களா. உன்னோட பாக்கேட்ல என்ன வச்சிருக்க குண்டா இருக்கு. எடு வெளிய எடு."

சந்திரா: கர்ச்சிப்பு சார். மூக்கு சலி சார். சலி புடிச்சிருக்கு.

"ச்சி வையி. உள்ள வையி. பொறுக்கி நாய முட்டி போடு."

சிவா: சார் ப்ளீஸ் சார் அடிக்காதிங்க சார்…சார் சார்…சார்…

"வாய மூடுங்க"

"ஜன கண மங்கள தாயக ஜய ஹே

பாரத பாக்ய விதாதா

ஜய ஹே ஜய ஹே ஜய ஹே

ஜய ஜய ஜய ஜய ஹே….."

சந்திரா: சார் காது சார். சார் காது வலிக்குது சார்….

"நட ஹெச். எம். ரூமுக்கு. அங்க பேசிக்கலாம்………

இங்க முட்டி போடு. முட்டி போடுங்க டா ஹெச். எம். வரட்டும்."

சந்திரா, சிவா, மகேந்திரன்: சார் சார் ப்ளீஸ் சார் இனிமே பண்ண மாட்டோம் சார்.

"சொல்லுங்க சார் என்ன பண்ணாங்க?"

"பாத்ரூம் போன சார். இந்த மூனும் ப்ரேயர கட் அடிச்சிட்டு பாத்ரூம்ல நின்னு ஏதோ ஆபாசமா பேசிக்கிட்டிருக்குதுங்க."

"ஹஹ…. ஆபாசமாவா உள்ள கூப்புடுங்க"

"டேய் உள்ள வாங்கடா சார் கூப்புடுறாரு."

சிவா, சந்திரா, மகேந்திரன்: சார் சார் ப்ளீஸ் சார்.... சாரி சார்...

"ச்சி வாய மூடு."

"என்ன பா எத்தனாவது படிக்கிறிங்க. ஸ்கூல் தொறந்த முதல் நாளேவா. என்ன பேசிக்கிட்டிருந்திங்க."

சிவா, சந்திரா, மகேந்திரன்: ....

"என்ன சொல்லுங்க உங்கள தான கேக்குற."

சிவா, சந்திரா, மகேந்திரன்: ....

"என்ன சார் பேச மாட்டாங்களா. ஊமையா."

"சொல்லுங்கடா என்ன பேசுனிங்க. மூனுத்த பாத்தா ஒன்னு தேறுற மாதிரி தெரியுல".

சிவா, சந்திரா, மகேந்திரன்: ....

"என்ன டி.சி. குடுத்துடலாமா. பசங்க அப்பாவ வரசொல்லி டி.சி. குடுத்துடலாம்."

"என்னடா குடுத்துடலாமா?"

சிவா, சந்திரா, மகேந்திரன்: ....

"சரி சார் நீங்க க்ளாஸ்க்கு போங்க. நேரமாகுது. நா பாத்துக்குற."

"ஓகே சார். தாங்க் யூ சார்."

"வாய தொறந்து பேசுனா தான் போக முடியும். என்ன?

என்ன ஆபாசமா பேசுனிங்க சொல்லுங்க?"

சிவா, சந்திரா, மகேந்திரன்: ....

"யான் இப்போ கண் கலங்குது. இங்க வாங்க டா. ச்சி இங்க வாங்க டா ஒன்னு பண்ண மாட்ட. "

சிவா, சந்திரா, மகேந்திரன்: சார் சாரி சார்.... இனிமே பண்ண மாட்டோம் சார்.

"சரி சரி இந்த வயசுல இப்படி தான் இருக்கும். ஆனா ஒழுங்காவும் படிச்சிடணும். என்ன சரியா. ஸ்கூல் முதல் நாளுனு சும்மா உடற இனி இப்படிலா பண்ணக் கூடாது. போங்க க்ளாஸ்க்கு நேரமாகுது போங்க..."

மூவரும் பயத்திலும் பதட்டத்திலும் வேக வேகமாக அவர்கள் வகுப்பறைக்கு ஓடினார்கள். மதிய உணவு இடைவேளை வரை யாரும் யாரிடமும் பேசவில்லை. பின் மதிய சத்துணவை மூவரும் வாங்கிக்கொண்டு மைதானத்தின் ஒரு மரத்தடியில் கூடினார்கள். மகேந்திரன் முதலில் சிரிக்க ஆரம்பித்து பின் மூவரும் சேர்ந்து கொண்டு உணவு இடைவேளை முடியும் வரை எந்த காரணமுமின்றி சிரித்துக் கொண்டேயிருந்தனர்.

சிவா: சரி டா எத்தன ரவுண்டு போட்ட?

சந்திரா: அதலா விடிய விடிய எட்டு ரவுண்டுக்கு மேல போட்ட. டயர்டே ஆகலயே அவ கதறிட்டா மச்சி.

சிவா: ஒத்தா ஒலு வண்டி. வாய தொறந்தாலே ஒலு தான்.

மகேந்திரன்: ஹாஹாஹா....

****

11.

நவிரா சிவாவை முழுதாக ஆட்கொண்டு கொண்டாள். நாளின் பெரும்பான்மையான நேரங்களை சிவா நவிராவிடம் பேசுவதிலேயே கழித்தான். அர்த்தமின்றியும் காரணமின்றியும் மணிக்கணக்கில் பேசிக்கொண்டே இருந்தனர். இளமையின் தாபமும் மோகமும் அவர்களை அலைக்கழித்தது. எந்த வித பேச்சுகளை எடுத்தாலும் இறுதியில் அது காமத்தை தொட்டே நின்றது. காம சைகைகளும் ஆபாச கிண்டல்களும் அவர்கள் பேச்சில் வழிந்தோடின.

கடந்த ஒரு வருடமாக சென்னைக்கு நவிரா வேலையை மாற்றிக்கொண்டு வர தீவிரமாக முயற்சிக்கிறாள். ஆனால் இதுவரை எந்த பலனும் கிடைக்கவில்லை.

"சரி வேற என்ன தா பண்ணுறது. வேற என்ன வழியிருக்கு."

"தெரியலயே. நானு முடிஞ்ச வர கேட்டுட்ட"

"சரி ஸ்பெளஸ் ட்ரான்ஸ்ஃபெர் கேளு"

"ம்ம் வாய்தான். ஸ்பெளஸ்க்கு எங்க போறது"

"அதலான் சொல்லு சென்னைல தா இருக்காங்க மேட்டரே முடிஞ்சிடிச்சினு குடுங்கையாணு."

"யோவ் வாய தொறந்தாலே மேட்டர் தானா. ஐயோ நாவேற கனவு கண்ட இயக்குனரு அமைதியா நல்ல புள்ள மாதிரி சொல்லி தந்தாரு. பிரெஞ்சு நியூ வேவ் (French new wave) மூவி ஆஃப் எக்ஷ்ப்ரெஷ்ன்(Movie of expression) மாதிரி கருத்தா நல்ல நல்ல படமா எடுப்பாருனு. ஆனா இவுரு மேட்டர் படம் தா எடுக்க போறாரு போலயே"

"மேட்டர்லந்து தாமா கருத்து பொறக்கும். அதலா நாங்க பாத்துப்போம். நீங்க சென்னைக்கு வர மாதிரி இல்ல அப்படிதான்."

"டைரெக்டர் கடுப்பேத்தாதிங்க. நா என்ன பண்ண. சரி போங்க நா வீட்டுக்கு வந்துட்டு கூப்புடுறன்."

****

12.

சனி, 08 டிசம்பர் 2018

சிவா

பேருந்து ஏறியாச்சா
எங்க இருக்க

10.00am

நவிரா

ஏறிட்டன். வந்துடுவன் ஒரு
மணிக்கு கோயம்பேடுக்கு.

10.17am

சிவா

ஒரு மணியா. 12னு நெனச்சன்
நா இப்போவே களம்பிட்டன்

10.17am

நவிரா

வந்துடுவ வந்துடுவ ஒரு மணிக்கு கோயம்பேடு வந்துடுங்க

10.17am

சிவா

சரி சரி பாத்து வா. நா வர.

10.17am

நவிரா

ம்ம்....

10.18am

****

13.

சிவாவும் அவனது நண்பர்களும் அவனின் ஆண் சுற்றமும் காமத்தை பற்றி பெரும் கனவோடே வளர்ந்து வந்தார்கள். காமம் அவன் சமூகத்தில் ஒரு மறைபொருளாகவே இருந்தது. கலவியை பற்றியும் மனித உடலை பற்றியும் எந்த தெளிவான புரிதல்களும் அவர்களுக்கில்லை.

அவர்களுக்கு கிடைத்த ஊடகத்தின்படியே காமத்தின் மீதான புரிதல்களும் வளர்ந்திருந்தன. ஆபாச படங்கள் பெருமளவில் அவர்கள் மூளையை அடைத்திருந்தன. அதில் வரும் நாயகன் நாயகி போலவே உடல் அமைப்பும் செயல்பாடுகளும் இருந்தால் தான் தன் இணையை திருப்திப்படுத்த முடியும் மற்றும் அதுவே பெறுமை என எண்ணினர். அதன் வழி சிந்தனைகள் பள்ளிப் பருவத்தை கடந்து கல்லூரி பருவத்திலும் தொடர்ந்தது. நண்பர்கள் கூடினாலே பெரும்பான்மையில் காமம் பற்றிய பேச்சுகளாகவே முடியும். உடலுறவு பற்றிய பலபல கதைகள் எந்நேரமும் பெருக்கெடுக்கும். புணர்ச்சியில் ஈடுபடும் வழியும் அதை ஒரு முறையாவது ருசித்து பார்த்துவிட ஏங்கியும் பசித்த தெரு நாய் போல் சுற்றுவர்.

"விலைமாதுவை இன்று நான், நாங்கள் புணர்ந்தோம்". "அந்த, அவன் அறையில் நேற்று இரவு ஒரு பெண்ணை இறக்கினார்கள்". "அடுத்த வாரம் ஒரு பெண்ணை இறக்க போகிறார்கள்" என ஆங்காங்கே முளைக்கும் செய்திகள் இன்னும் இவர்களை கிறுக்காக்கும். விலைமாதுவின் தொடர்பை தேடி நடு இரவில் குப்பையை கிளறும் பெருச்சாளிகளை போல் அங்குமிங்கும் திரிவார்கள். ஆனால் எதுவும் கிடைக்காமல் அவர்களை மீண்டும் மீண்டும் அதன் வட்டத்திற்குள்ளேயே சுற்றவிடும்.

ஒரு முறை கல்லூரியில் சிவாவின் வகுப்பறை விடுதி நண்பர்கள் ஒரு பெண்ணை அவர்கள் அறைக்கு அழைத்து வந்துள்ளனர் என்ற தகவல் வகுப்பறையில் இருந்த சிவாவிற்கு கிடைத்தது. சிவாவும் அவன் நண்பன் ஒருவனும் அன்று கல்லூரி சுவரேறி குதித்து விடுதி அறைக்கு ஓடினார்கள். அறை கிட்டத்தட்ட ஐந்து கிலோமீட்டர் தூரத்திலிருந்தது. அறைக்கும் கல்லூரிக்கும் இடையேயான பாதை வெறும் மேம்பாடில்லாத குண்டும் குழியுமான மண் தடங்களே. சிவாவும் அவன் நண்பனும் அந்த ஐந்து கிலோமீட்டர் தூரத்தை எந்த போக்குவரத்திற்கும் நிற்காமல் நடையும் ஓட்டமுமாகவே கடந்தனர்.

அறையை அடைந்ததும் சிவாவின் நண்பர்கள் பெண் இன்னும் வரவில்லை என்றனர். அந்த நாள் முழுக்க அனைவரும் காத்திருந்தனர். இரவு ஏமாற்றத்தில் அவரவர் சத்தமாக பெண்களை பற்றிய ஆபாச வார்த்தைகளை காற்றில் பறக்கவிட்டபடி கத்தினர். பின் அவரவர் வீட்டிற்கு திரும்பினர்.

சிவாவின் கல்லூரி நாட்கள் இவ்வாறாக கடந்திருந்த நிலையில் அவனின் இறுதி ஆண்டில் அவனுக்கும் அவன் கல்லூரியில் சேர்ந்த முதலாம் ஆண்டு பெண்ணிற்கும் இடையே நெருக்கம் ஏற்பட்டது. ஒரு நாள் அந்த பெண் சிவாவை காதலிப்பதாக சொன்னாள். சிவாவும் பதிலுக்கு பிடித்திருப்பதாக சொன்னான். ஆனால் காதல் என்ற உணர்வு எவ்வாறு இருக்கும் அதை எப்படி உணர்வது என எந்த புரிதலும் அவனுக்கில்லை. அனைவரையும் போல் வழக்கமாக பேசினார்கள் அங்குமிங்கும் சுற்றினார்கள் ஒரு சில முத்தங்களும் பரிமாறப்பட்டன. பின் சில காரணங்களால் பிரிந்தனர். இன்று வரை யாரேனும் "உங்களுக்கு காதல் அனுபவங்கள் இருக்கிறதா" எனக் கேட்டால் ஆம் கல்லூரி பருவத்தில் ஒரு பெண்ணை காதலித்ததாக சொல்வான். ஆனால் காதல் என்ன என இன்னும் புரியவில்லை என்றும் சொல்வான்.

கல்லூரி காலங்கள் முடிந்தவுடன் சிவா திரைத்துறையை தேர்ந்தெடுத்தான். திரைத்துறையில் பின்புலம் இல்லாதவர்களுக்கு வரும் அனைத்து தடைகளும் இடர்களும் அவனையும் மறித்தன. சிவா பாரம்பரிய திரை வழிமுறைகளை விடுத்து முறைசாரா பாணியை முன்னெடுத்து பயணிக்கத் தொடங்கினான். அவனுக்கு எது சரியென படுகிறதோ அதை அவனுக்கு தெரிந்த முறையில் காட்சிப்படுத்தினான். குறிப்பிடத்தக்க பெயரையும் ஈட்டத்தொடங்கினான். அவனின் பெண் வட்டமும் விரிவடைந்திருந்தது. சில பெண்கள் மீது ஈர்ப்பும் ஏற்பட்டது. காதலிப்பதாக ஒரு சில பேர் கூறினார்கள். அவனும் சில நபர்களுடன் அன்பாகவும் நெருக்கமாகவும் பழகினான். ஆனால் அவனின் அடி ஆழத்தில் அனைத்தும் காதல் என்ற பெயரில் காமத்தின் மோகத்தின் தேவைக்காக என உணர்ந்தான். நெருங்கும் வேகத்திலேயே அனைவரும் பிரிந்தும் விடுவர்.

இந்த காலகட்டத்தில் தான் நவிரா சிவாவை பின் தொடர ஆரம்பித்தாள். சிவா வழக்கமான நிகழ்வு சில நாட்களில் தீர்ந்துவிடும் என நினைத்தான். ஆனால் நவிராவோ சிவாவை காதல் என்ற பெயரில் மேலும் மேலும்

இறுக்கிக்கொண்டே வந்தாள். அது நாளாக நாளாக வலுவானதே தவிர வீழவில்லை. சிவாவிற்கு நவிராவின் செயல்கள் எதுவும் தொந்தரவாகவும் இடைஞ்சலாகவும் தோன்றவில்லை. மாறாக அதை மெல்ல ரசிக்க ஆரம்பித்தான். அவளின் உணர்வுகளை அவனால் புரிந்துகொள்ள முடியவில்லை. என்றாலும் அதை ஏற்றுக்கொள்ள தொடங்கினான்.

அவன் அவன் வழியிலும், அவள் அவள் வழியிலும் ஒருவரையொருவர் பார்த்தார்கள். அது ஒரு நீண்ட பயணத்திற்கு இருவரையும் இணைத்து எடுத்து செல்லும் என எண்ணினர்.

****

14.

நகரம் பரபரப்பாக ஓடிக்கொண்டிருந்தது. அதை விரும்பாத வானம் சாரலை விடாமல் கக்கிக்கொண்டே இருந்தது. பேருந்துகளும் மகிழுந்துகளும் பெரிய ஒலியுடன் சாலையில் அண்டி ஒண்டிக் கிடக்கும் புழுதிகளையும் குப்பைகளையும் மேலே பறக்கவிட்டபடி ஓயாமல் ஊர்ந்துகொண்டேயிருந்தன. சாலையோர மக்கள் குளிரிலும் சாரலிலும் அங்கு கிழிந்து தொங்கும் சுவரொட்டிகளை மேலும் கிழித்தெடுத்து அதை போர்வையாக போர்த்தி அதனுள் புகுந்திருந்தனர். நட்சத்திர உணவகங்களும் விடுதிகளும் போட்டி போட்டுக்கொண்டு உயர்ந்து நிற்க அந்த நெரிசலும் மாசுமான கோயம்பேட்டு முதன்மை சாலையை நவிரா கடந்து மூச்சிரைக்க வேகவேகமாக எதிர் புறம் வந்து கொண்டிருந்தாள். அவள் கண்கள் அளவிட முடியாத தவிப்பையும் மோகத்தையும் வெட்கத்தையும் வெளித்தள்ளின. மேம்பாலத்தின் ஓரமாக நின்று கொண்டிருந்த சிவாவை கண்டு கொண்டவுடனே அனைத்து உணர்வுகளையும் மறைத்து இயல்பான புன்னகையை காட்ட சிரமப்பட்டாள்.

ஆரம்பத்தில் சிவாவை சந்திக்கும் தருணங்களில் அவனின் கண்களை நேராக பார்ப்பதை தவிர்ப்பாள். அலைபேசியில் வார்த்தைகள் திக்கும் பேசுவது பெரும் சிரமமான காரியம் என தோன்றும். அவளின் கட்டுப்பாட்டில் அவளின் மொழிகள் இருக்காது. பின் நாட்கள் நகர நகர மணிக்கணக்கில் பேசினாள். அவனை சீண்டி கேலி கிண்டல் பேசுவதை முதன்மை தொழிலாக்கிக் கொண்டாள்.

சிவாவை நோக்கி வேகமாக முன்னேற அவளை இடது புறமாக இருந்து வந்த சிவப்பு நிற பேருந்து வளைத்து மறித்து நிறுத்தியது. அந்த நொடிகளில் அவளின் மனம் பல வருடங்களை முன்னும் பின்னும் தாவி பயணித்துமீண்டும்யதார்த்தத்திற்குவந்துநின்றது.அவர்களுக்கிடையே நின்ற பேருந்து விலகி செல்ல இருவரின் கண்களும் நேராக மோதிக்கொண்டன. அந்த கண்களுக்கிடையே பொதிந்து கிடக்கும் உணர்ச்சிகளை மொழி கொண்டு பேசுவது கடினம். அது தவிப்பின் காமத்தின் அதன் தகிப்பின் எண்ணிலடங்கா வகைகளாக பிரிந்து கொண்டே செல்லும்.

இருவரின் இதயத்துடிப்பும் வேகமெடுத்தது. நவிரா சிவாவின் வண்டியின் பின்புறம் ஏறி உட்கார்ந்து கொண்டாள். வண்டி கிழக்கு கடற்கரை

சாலையை நோக்கி பயணிக்க தொடங்கியது. மூன்று மணி நேரத்தில் மாமல்லபுர விடுதியை அடைந்தனர். விவரங்களை கொடுத்துவிட்டு அவர்கள் அறையை நோக்கி சென்றனர். அவர்களின் உடல் மொழிகள் மிகவும் நிதானமாக இயங்குவதாக காட்டிக்கொண்டாலும் உள்ளுக்குள் அதிவிரைவாக பரபரத்து கொண்டிருந்தனர். அறைக்குள் நுழைந்தனர். சிவா கதவை தாழிட்டான். மங்கிய மஞ்சள் ஒளி எரிப்பில் அவர்களின் உடல் உருகுவதாக பிரம்மை உண்டானது. கதவை தாழிட்ட வேகத்திலேயே நவிராவை சிவா தழுவி அருகிலிருந்த இருக்கையில் சாய்த்தான். நவிரா அவள் மூச்சிக்காற்றை வெளித்தள்ள சிரமப்பட்டாள்.

"ஒரு நிமிஷம் இருங்க பொறுமையா கொஞ்ச நேரம் போகட்டும்" என முணுமுணுத்தாள்.

அவளின் வார்த்தைகள் சிவாவின் செவிகளை எட்டவில்லை. அது எவ்வாறு எட்ட முடியும். இளம் பெண்ணின் உடல் வாசமும் தீண்டலும் புணர்வும் பல வருடமாக பெரும் ஏக்கமாக அவனுக்கிருந்தது. அந்த ஏக்கங்கள் பல வித கற்பனைகளை அவனுக்குள் ஒரு கோட்டையாக எழுப்பியிருந்தன. பல வருடங்களாக ஒரு பெண்ணை எவ்வாறெல்லாம் புணர வேண்டும் புணர முடியும் என பாவித்து அவனுக்குள் தேக்கி வைத்திருந்த அனைத்து எண்ணங்களுக்கும் அந்த ஓர் இரவில் உயிர் கொடுக்க தவித்தான். அந்த நிலையில் அவன் கற்பனையில் படுக்கையில் தூக்கி கிடத்திய லட்சக்கணக்கான பெண்களை போல் நவிராவையும் அருகிலிருந்த படுக்கையில் தூக்கி கிடத்த முயன்றான். ஆனால் யதார்த்தத்தில் அது முடியவில்லை. அவனின் கற்பனை பெண்கள் போல் நவிரா இறகாகயில்லை அவள் எடை கனத்தது.

பதட்டத்தில் அவன் கால்சட்டையிலிருந்த ஆணுறையை வெளியே எடுத்தான். பின் சட்டை பையிலேயே திணித்துக் கொண்டான். மெல்ல நிதானிக்க முயற்சித்தான். அவனின் கலவி குருக்கள் அவன் உறுப்பை அவளுக்குள் முடிந்தவரை கடைசியாக தான் செலுத்த வேண்டும் என கூறியிருந்தனர். அதற்கு முன் பல முன் விளையாட்டுகளை நிகழ்த்த வேண்டும். அவளை தகிப்பில் கிடத்தி உச்சத்திற்கு எடுத்து செல்ல வேண்டும். அவள் முலையை மலரை மொய்க்கும் தேனியாக மொய்க்க வேண்டும். அது விம்மி நிற்க அதன் மொட்டை தன் பல் நுனியால் இலகுவாக கடித்து தீண்ட வேண்டும். நாக்கால் இதழால் அதை சுவைக்க வேண்டும். அவள் உடலின் வித

வித அங்கங்கள் வித வித வாசத்தை வெளிப்படுத்தும் அனைத்தையும் மெதுவாக உட்கொள்ள வேண்டும். முத்தத்தால் அவள் மெய்யை நனைத்து அதன் பல வித ருசிகளை சுவைத்து பின் விரல்களால் புணர்ந்து தொடர்ந்து வாயால் அவளை கிறங்கடித்து இறுதியாகவே உறுப்பு விளையாட்டை தொடங்க வேண்டும் என அவனின் சிறு வயது தொட்டு தற்கால ஆபாச நாயகர்கள் படத்திலும் கதைகளிலும் சொல்லி சென்றிருந்தனர்.

சிவா அவன் ஆசான்கள் சொல்லியிருந்த வழிமுறைகளை ஆயிரக்கணக்கான முறை மனதால் ஒத்திகை பார்த்திருந்தான். அனைத்து ஒத்திகைகளிலும் முதல் மாணவனாக பிரகாசித்து தேர்வாகிறான் என எண்ணுவான்.

பல வருட நினைப்பு காமத்தை பெண் உடலை முத்தத்தின் ருசியை புணர்ச்சியின் மணத்தை ஒர் சொர்கத்தின் இன்ப அனுபவத்திற்கே இட்டுச்செல்லும் என அவன் மனம் ஆழப்பதித்திருந்தது.

உறுப்பு விளையாட்டில் பல வித பாணியில் பல வித நிலையில் தன் இணையை புணர்வது அடிப்படை என அவன் மனம் சொல்லியது. அந்த பல வித நிலை புணர்ச்சி தான் காமத்தின் உச்சத்திற்கு எடுத்து செல்லும் எனவும் நினைத்தது.

வேகமாக அவனின் ஒத்திகைக்கு வடிவம் கொடுக்க ஆரம்பித்தான். நவிராவை படுக்கையில் சாய்த்தான். அவளின் மேலாடையை பிரித்தெடுத்தான். நவிரா மேல்உள்ளாடையுடன் படுக்கையின் மேலேறி அறையின் விளக்கை அணைத்தாள். இருளில் இருவரின் மூச்சிக்காற்றும் முனங்கலும் அறையை சூடேற்றியது. சிவா விளக்கை போடும் படி முணுமுணுத்தான். நவிரா வேண்டாம் என தவிர்த்தாள். முணுமுணுப்பிற்கு மத்தியிலேயே அவன் உதட்டால் அவள் உதட்டை கவ்வி இழுத்தான். "வாய மூடாத, வாய திற, வாய திற" என முனங்கினான். இடது கையால் அறையின் விளக்கை போட்டான். நவிரா வெட்கத்தால் தன் உடலை குறுக்கிக் கொண்டாள். பின்புறம் திரும்பி மெத்தைக்குள் தன்னை அமிழ்த்திக் கொண்டாள். சிவா அவளை முன்புறம் புரட்டவும் அவள் கையை அவள் மார்பிலிருந்து விலக்க முடியாமலும் சிரமப்பட்டான்.

அவன் மூச்சிரைக்க அவன் ஆற்றல் கரைந்து கொண்டிருந்தது. அவளை முன்பக்கம் திருப்பும் முயற்சியை விடுத்து அவளின் கால் சட்டையை

உருவி இழுத்தான். நவிரா முரண்டு பிடித்து ஊர்ந்து மேல் சென்று மீண்டும் விளக்கை அணைத்தாள். பின்புறமாக படுத்திருந்த அவளின் உடல் பாறை போல் இறுகியிருந்தது. சிவாவால் அதை இலகுவாக்க முடியவில்லை. அந்த விளக்கை அணைத்து அணைத்து போடும் போராட்டத்திலேயே நிமிடங்கள் கடந்துக்கொண்டிருந்தன. சிவா தளர்ந்துவிட்டான். பிறகு ஆசுவாசப்படுத்திக்கொண்டு மேசையிலிருந்த தண்ணீரை எழுந்து சென்று குடித்தான். மெதுவாக மூச்சை இழுத்து வெளி தள்ளினான். திரும்பி நவிராவை பார்த்தான் அவளின் இறுகி குறுக்கிய பின்புறம் எந்த அசைவுமின்றி இருந்தது. அவன் ஒத்திகையில் ஒளிர்ந்த மாணவன் போல் அவனால் தற்போது கலவியை நிகழ்த்த முடியவில்லை. வழிமுறைகள் தவறிக்கொண்டிருந்தன. இரண்டு நிமிடம் கழித்து மெதுவாக நவிரா அருகில் சென்று படுத்தான்.

"இப்டி பண்ணா எப்படி. புடிக்கிலயா?"

"லைட்ட போடாம பண்ணலாம்."

"லைட்ட போடாம நா எப்டி இந்த அழகு சிற்பத்த பாக்குறது."

"அதலா பாக்கலாம் லைட்ட போட வேண்டாம்."

"சரி போடல"

அவன் மீண்டும் தொடங்கினான். இந்த முறை நிதானித்துக் கொண்டு மெதுவாக அவள் முகத்தை தன் பக்கம் திருப்பினான். அவள் நெற்றியில் கண்களில் மூக்கில் முத்தத்தை பதித்தான். அவள் தளர்ந்து இலகுவானாள் திரும்பி அவன் பக்கம் படுத்தாள். அவன் அவள் உதட்டை தீண்டினான். மெதுவாக அதை இயக்கி அதனுள் சென்றான். அவள் நாவை கவ்வி ருசித்தான். அவள் கை அவன் முதுகை இறுக பிடித்தது. அவன் மனமோ எதையோ தேடுவது போலிருந்தது. அவன் நினைவிலிருந்த முத்தத்தின் சுவை அமுது போல் இனிப்பதாக இருந்தது தேனாக வழிந்தது. ஆனால் இந்த முத்தமோ எந்த சுவையையும் வெளிப்படுத்தவில்லை. இன்னும் சொல்வதானால் அது சுவையேயில்லாத ஒரு பிசுப்பிசுப்பான மென்மையான இறைச்சி துண்டை மெல்வதாக இருந்தது. அவன் உதட்டை விலக்கி பின்னிழுத்தான் மூன்று நான்கு நொடிகள் சென்று மீண்டும் முத்தத்தை பதித்தான். அந்த அமுதின் சுவை தேடி தன் உதட்டையும் நாவையும் அவளுக்குள் இயக்கினான். முத்தத்தின் நடுவே

தன் விரல்களால் அவளின் மேல் உள்ளாடையை அகற்றினான். அதன் கொக்கிகள் விடுபட தன் கையை உள் நுழைத்து அவள் முலைகளை வருடினான். அதன் காம்புகளை பிடித்து திருகினான். அந்த மார்பகங்களை கசக்கி பிழிந்தான். அதன் மொட்டுகளை பிடித்து மென்மையாக இடதும் வலதும் வளையமாக சுழற்றினான். அவள் காதருகில் சென்று முணுமுணுத்தான்.

"எப்படி இருக்கு?"

"ம்ம் ஒன்னு இல்ல. அப்படியே தான் இருக்கு"

"என்னடி சொல்லுற சுகமா இல்ல!"

"சுகமாவா இல்லயே, கொஞ்சம் வலிக்குது"

"ச்ச மொக்க"

"அஆ வலிக்குது மெதுவா அழுத்துங்க."

"ச்ச வலிக்குதா சுகமாவேயில்லையா. மூடு வரல?"

"ம்ம் ஒன்னு தெரியலையே"

பெண்ணின் முலையை சுழற்றினால் அது பெரிய களிப்பை அவர்களுக்கு தரும் என அவனின் ஆசான்கள் சொல்லியிருந்தனர். ஆனால் இவளோ வலிக்கிறது என்றது அவனை சங்கடப்படுத்தியது. பின் தளராமல் அவள் மேல் ஏறினான். மெதுவாக அவள் உதட்டிலிருந்து கீழிறங்கி கழுத்திற்கு வந்தான் அங்கு முத்தங்களை பதித்தபடி மேலும் கீழிறங்கி அவள் முலையை முத்தத்தால் நனைத்தான். அதன் காம்புகளை உறிஞ்சி இழுத்தான். பற்களால் வருடி கடித்தான். மெல்ல தலையை தூக்கி அவளை பார்த்தான், அவள் எந்த முனங்கலையும் தவிப்பையும் வெளிப்படுத்தாமல் மரமாக கிடந்தாள். அவன் அமைதியானான் மேலேறி அவள் நெற்றியில் முத்தமிட்டு அவளருகில் படுத்தான்.

"புடிக்கலையா?"

"அப்டிலான் இல்ல. புடிச்சிருக்கு"

"அப்பறம்?"

"என்ன பண்ணனு தெரியல"

"என்ன! தெண்டம் தெரியலயா. ஒரு பிட்டு படம் கூட பாத்ததில்லையா."

"இல்லையே"

"இவ்வளவு பண்ணுறனே மூடு வரல?"

"இல்லையே. மூடுனா என்ன வரும். ஒன்னு தெரியலையே."

"இல்லையா! இந்நேரம் பயங்கரமா மூடு வரும் ஆ ஊனு கத்துவனு நெனச்சன்"

"அப்டி ஒன்னுமில்லையே. சும்மா அங்கங்க கூசுது.........

ஏ அமைதியாய்ட்டிங்க?........"

"ஒன்னுமில்ல சும்மாதா"

"அப்ப இவ்வளவு தான் மேட்டரா. இவ்வளவு மொக்கையா இருக்கு"

"ஏ இன்னும் மேட்டரே போடலடி"

"அப்போ செய்ங்க"

"என்னத்த செய்யுறது"

"நா என்ன பண்ணனு"

"ஒன்னு வேணா ஃப்ரீயா விடு"

அறை நிசப்தமாக கிடந்தது. அவன் மனம் அவனின் புணர்ச்சி சார்ந்த பிம்பங்களை நினைவுப்படுத்திக் கொண்டே இருந்தது. புணர்ச்சி அதீத சுவையானது தான் என அவன் மனம் உறுதியாக நம்பியது.

அவன் அவளை திரும்பி பார்த்தான். அவள் முடியை கோதினான். சிறிது நேரம் கழித்து நவிரா சிவாவை அணைத்தாள். அவன் உதட்டில் முத்தத்தை பதித்தாள். அது சிவாவை மீண்டும் தூண்டி விட்டது. முழுதாக கலவியில் ஈடுபட்டால் புணர்ந்தால் அந்த இன்ப அனுபவத்தை உணரலாம் என நினைத்தான். அந்த இருளில் இருவரின் கண்களும் ஒளியை பாய்ச்சின. நவிரா சிவாவின் உதட்டை விட்டு பிரியவேயில்லை. அவன் அவள் கையை எடுத்து தன் உறுப்பை பிடிக்க செய்தான். அது விறைக்க தொடங்கியது.

மீண்டும் அவன் தொடங்கினான். அவள் மேலேறினான். அவளின் கால் உள்ளாடையை அகற்றி வீசினான். எங்கும் தாமதிக்காமல் நேராக கீழ்

சென்றான். அவள் தொடையை விரித்து தன் முகத்தை அவள் உறுப்பில் பதித்தான். அது வெதுவெதுப்பாக மேடேறியிருந்தது. அவளின் உயிர் நீர்மத்தை வெளித்தள்ளியது. அவன் உதட்டால் அதை பருகினான். நாவால் உதட்டால் அவளின் உறுப்பு வெளித் தோலை வருடி முத்தமிட்டு கடித்தான். நாவால் உள் நுழைய முயற்சித்தான். வாய் முத்தத்தை போலவே அதுவும் எந்த ஒரு சுவையையும் அவனுக்கு தரவில்லை. அதுவும் ஒரு பிசுபிசுப்பான மென்மையான இறைச்சி துண்டை மெல்வதாகவே இருந்தது. தன் நடு விரலை அதனுள் மெதுவாக செலுத்தினான். அவள் துளை பல அடுக்கு தோல் மடிப்புகளால் இறுகியிருந்தது. விரலை உள் திணிக்க அவள் வலியால் துடித்தாள். அவன் கையை விலக்கி எடுத்தாள். தொடையை மூடிக்கொண்டு போதுமென்றாள். அவன் பக்கவாட்டில் மேலேறி அவளை அணைத்தான்.

"என்ன ஆச்சி?"

"வலி அதிகமாயிருக்கு விடுங்க கொஞ்ச நேரம் போகட்டும்."

"முதல அப்படி தான் இருக்கும். அப்பறம் நல்லாயிருக்கும். கால விரி. மூடு வரலனு சொன்ன. இவ்வளவு ஈரமாயிருக்கு."

"தெரிலையே அதான் மூடா? போதும் வலிக்குது கைய எடுங்க."

அவன் எழுந்தான். அவன் கால் சட்டையிலிருந்த ஆணுறையில் ஒன்றை பிரித்து விறைத்திருக்கும் அவன் உறுப்பில் செருகினான். அவளின் இரு கால்களையும் பிடித்து மெத்தையின் விளிம்பிற்கு இழுத்து வந்தான். முடிந்த வரை அவள் தொடையை விரித்து தன் உறுப்பை வேகமாக அவள் உறுப்பிற்குள் செருக முயற்சித்தான். ஆனால் அவனின் உறுப்பு உள் செல்லாமல் வெளியேவே தடுமாறியது. மீண்டும் மீண்டும் இரண்டு மூன்று முறை எடுத்து செருகினான். ஆனால் அவனின் முனை கூட உள் செல்லவில்லை. அவன் அறையின் விளக்கை போட்டான். அவள் எதிர்ப்பை காட்டவில்லை. நவிரா வலியால் மூச்சை வேகமாக வெளித்தள்ளிக் கொண்டிருந்தாள். அவள் உடல் சிறிது அதிர்வதாகப்பட்டது. உள் நுழைய முடியாத அவனின் உறுப்பு தளர்ந்திருந்தது. மீண்டும் அதை இயக்கி விறைக்க வைத்தான். மீண்டும் முடிந்த வரை பலமாக அவள் துளைக்குள் செருகினான். ஆனால் உள் செல்ல மறுத்துவிட்டது. விரல்களால் அவளின் துளையை தொட்டு ஒரு விரலை செருகினான். இரண்டு விரல்களை உள் நுழைத்த

போது அவள் வலியால் துடித்து அதிர்ந்தாள். அவளின் உடல் நடுங்க தொடங்கியது.

"ஏ என்ன ஆச்சி நவிரா?"

"ஒன்னுமில்ல"

அவள் நடுங்கும் உடல் இயல்பை அடைய சில நொடிகள் எடுத்தன. அவன் தண்ணீரை குடிக்க கொடுத்தான்.

"தெரில என்ன ஆச்சினு."

"இப்போ எப்படி இருக்கு."

"பரவால."

"சரி போதும் விடு பாத்துக்கலாம்."

"ஏன் என்ன ஆச்சி பண்ணுங்க."

"இல்ல கொஞ்ச நேரம் போகட்டும் விடு...

இப்போ எப்படி இருக்கு"

அவனுக்கு அனைத்தும் புதிதாக இருந்தது. அவனின் புணர்ச்சி பிம்பங்கள் அனைத்தும் மெதுவாக உடைவதாகப்பட்டது. அவனின் திரை நாயகர்கள் செய்வது போல் அவனால் இயல்பில் செய்ய முடியவில்லை. அது ஏன் என யோசித்தான். புணர்ச்சியில் ஈடுபட தெரியவில்லையா என சிந்தித்தான். அவன் உறுப்பை பார்த்தான் அது தளர்ந்து சுருங்கியிருந்தது. அவள் உள் செல்ல தனக்கு பலமில்லையா ஏதேனும் குறையா என மனம் அங்குமிங்கும் தாவி தவித்தது. அவள் அமைதியாக படுக்கையின் ஓரத்தில் குறுக்கிக்கொண்டு படுத்திருந்தாள். அவன் அறையின் விளக்கை அணைத்தான். அதன் வெப்ப அளவை குறைத்தான். அவள் மேல் போர்வையை போர்த்திவிட்டு அருகில் சென்று படுத்தான். அவன் மனம் சில நிமிடங்கள் பல நினைவுகளை சுற்றி அலைந்தன. மெதுவாக உறங்கியும் போனான்.

சூரிய ஒளி அவர்களிடம் அனுமதி கேட்காமல் அவர்கள் அறையினுள் புகுந்தது. அவன் கண் விழித்து அவளை பார்த்தான். அவள் அவன் பக்கமாக ஒரு சிறிய புறாவை போல் இமைகளை மூடிக்கொண்டு படுத்திருந்தாள். இரவு நடந்தது சமையல் தெரியாதவன் அதிரசம் சுட்டது போல் அவனுக்கு தோன்றியது.

"என்ன தூங்கலையா?"

"தூங்கனனே நீ தூங்கல. உடம்பு எப்டி இருக்கு?"

"ம்ம் நல்லா தான் இருக்கு. அது ஒன்னுயில்ல. சரி இப்போ பண்ணலாம்."

"இல்ல வுடு அப்பறம் பாத்துக்கலாம். எனக்கு அது முக்கியமில்ல நீ தான் முக்கியம். நா பயந்துட்ட அப்டி ஆகும்னு தெரியல"

"ஒன்னு ஆகல டைரெக்டர். சும்ம சீன் போடாதிங்க"

காலையில் அவர்களுக்குள் ஒரு நிதானமிருந்தது. மீண்டும் புணர்ச்சியில் ஈடுபட்டார்கள். ஆனால் எதுவும் சரியாக வரவில்லை.

"எனக்கு எதாவது பிரச்சனையா. யா உள்ள வுட முடியல"

"ச்சி இல்ல டைரெக்டர் நாதான் சரியா ஒத்து வரல அதான்."

"சரி யான் உள்ள போல"

"தெரிலயே...

என்ன அமைதியா இருக்கிங்க"

"இல்ல யோசிக்கிற"

"ம்ம்"

"என்ன மேட்டரு இவ்வளவு மொக்கையா இருக்கு. இதுக்கா இவ்வளவு பிள்டப்பு"

இருவரும் சிரிக்க தொடங்கினார்கள்.

சிவாவின் மனதில் தொடர்ச்சியாக கேள்விகள் எழுந்தபடி இருந்தன. அனைத்தும் அவன் ஆண்மையின் மேல் சந்தேகத்தை வைத்தது. இரவு பகலாக முயற்சித்தும் அவனால் அவளுக்குள் செல்ல முடியவில்லை. பின் அவனுக்கு குறைந்தது விந்தும் வெளி வரவில்லை. விறைத்த அவன் உறுப்பு சிறிது நேர முயற்சிக்கு பின் தளர்ந்து விழுந்ததே தவிர ஒரு முறை கூட விந்தை பாய்ச்சவில்லை. அவன் எந்த நாளும் இவ்வாறு நடக்குமென எதிர்பார்த்ததில்லை.

அவன் பார்த்த படங்கள் படித்த கதைகள் அனைத்தும் அபத்தமாக தோன்றின. ஒருவேளை நாம் தான் தேரவில்லையோ என யோசிக்க தொடங்கினான். மறுமுனையில் நவிராவிற்கும் எந்த விவரமும்

தெரியவில்லை. அவளுக்கு காமம் பற்றிய எந்த புரிதலுமில்லை. ஆணுறுப்பே இவ்வாறு தான் விறைக்குமா என சிவாவை கேட்டு கலங்கவிட்டாள்.

"என்ன பாக்குறிங்க?"

"கூகுல்ல பாக்குறன். ஏய் சரி நீ உன்னோட ஃப்ரெண்ட்ஸ் யார் கிட்டயாது கேளு"

"என்னனு கேக்குறது?"

"உட்டா போவுமானு கேளுடி. எனக்கே காண்டா இருக்கு. இது பொதுவானதா இல்ல பிரச்சனையானு தெரியனு. குத்துனா போனுமே படத்துலலான் என்னா குத்து குத்துறாங்க. ஒரு படத்துல கூட போகாம இல்லையே.

அவங்ககிட்ட கேளு முதல் தடவ போச்சானு. அவளுக்கு வலியிருந்துச்சானு உடம்பு நடுங்குச்சானு கேளு......கேளு."

"சரி டைரெக்டர், அமைதி அமைதி. கேட்டு சொல்லுறன்"

"ச்சி இப்பவே கேளு."

"இப்போ என்ன யாரும் எழுந்துரிச்சிருக்கக்கூட மாட்டாங்க"

"ச்சி எல்லா எழுந்துருச்சி காலைலயே ரெண்டு ரவுண்டு போய்ருப்பாங்க. ஃபோன போட்டு தான் பாறேன்"

"கஷ்டம்யா உன்னோட"

நவிரா மணமான அவள் தோழிகளை அழைத்தாள். காலை அவர்களுக்கான தேநீர் வந்தது. அவர்கள் விடுதியின் தோட்டத்தை பார்த்தபடி வெளி இருக்கையில் அமர்ந்திருந்தார்கள். சூரியன் அவன் கதிர்களை குளிருக்கு இதமாக பாய்ச்சினான்.

"ஏ நவிரா பேசுற. என்ன பண்ணுற"

"தெரியுது சொல்லு. என்ன காலைல"

"சும்மா தா ஒரு சந்தேகம். சொல்லு. ஃப்ரீயா"

"சொல்லுடி டோனே சரியில்லையே"

"அதலா ஒன்னுமில்ல. ஒனக்கு மொத வாட்டி உட்டோனே உள்ள போச்சா?"

"ஏ என்னடி பண்ண ஃப்ராடு எங்க இருக்க?"

"ச்சி சொல்லுடி நா நேர்ல வரும் போது வெளக்கமா எல்லாத்தையும் சொல்லுறன். போச்சா இல்லையா அத மட்டும் சொல்லு?"

"மொத வாட்டிலா போகாது"

"போகாதா?"

"போகாது"

"எவ்வளவு ட்ரை பண்ணாலு போகாதா?"

"போகாது போகாது தொடர்ச்சியா பண்ணா கூட ரெண்டு மூனு நாள் ஆகும். சில பேருக்கு நாலு நாள் கூட ஆகும்."

"சரி வலிக்குமா?"

"பயங்கரமா வலிக்கும். பொறுமையா தான் பழகும். சில வாட்டி ரத்தம் கூட வரும்."

"சரி அவளுக்கு எப்போ போச்சினு கேளு?"

"டைரெக்டர்...."

"ஏ கேளு அப்பதான் தெரியும்"

"ஏய் சரி ஒனக்கு எப்போ போச்சி?"

"ஏய் எரும என்னடி வேணு ஒனக்கு. காலைல ஃபோன பண்ணி பிட்டு கத பேசுற"

"ஏ, சொல்லுடி எப்போ போச்சி?"

"ம்ம் எனக்கு மூனு நாளாச்சி. ரத்தம் வந்துச்சி."

"மூனு நாளா?"

"சரி அவளுக்கு மூடுலான் வந்துச்சா, சுகமா இருந்துச்சானு கேளு."

"டைரெக்டர் வாய மூடுங்க ஃபோன்ல கேக்கும்"

"சரி சரி. ப்ளீஸ் ப்ளீஸ்ஸ்ஸ்.... இத மட்டும் கேளு"

"ஏய் சரிடி இன்னொரு சந்தேகம். அது எப்படி இருந்துச்சி, ஒனக்கு புடிச்சுதா, மூடா இருந்துச்சா"

"எது?"

"அது தான்டி"

"அதலான் மண்ணுமாரி தான் இருந்துச்சி. மொக்க தான்"

"டைரெக்டர் எல்லா நார்மல் தா ஃப்ரீயா விடுங்யே"

"சரி இன்னும் ரெண்டு மூனு பேருகிட்ட கேளு"

"எல்லா ஒன்னு தா போங்க. நீங்க கேளுங்க சந்திராக்கு தான் கல்யாண ஆய்டிச்சில்ல கேளுங்க."

"சந்திரா வா அந்த பேரு தா. த்தா அந்த பேர கேட்டாலே வாயில வருது. அவன் எடுத்தாலே பத்து ரவுண்டு போனனு சொல்லுவான். ஒத்தா நேர்ல வச்சிக்குறன்."

"சரி கூகுல்ல என்ன போட்டுருக்கு?"

"அதான் அவ சொன்னது தான். போகாதான். கஷ்டமா. நெறயா எண்ணெ போட்டு குத்த சொல்லுறான்"

"ச்ச எப்போ பாத்தாலு பிட்டு கத தான்"

"ஏ, நா என்ன பண்ண"

"சரி வாங்க சாப்புடலாம். பசிக்குது"

"த்தா எல்லான் ஏமாத்திட்டாங்க. ஒருத்தன் கூட சொல்லலையே. த்தா... எத எதையோ தெரிஞ்சி வச்சிருந்த மொத தடவ உட்டா போகாதுனு தெரியலையே. ஸ்கூல்ல கூட சொல்லி தரலையே."

"ம்ம்... இதலான் ஸ்கூல்ல சொல்லி தராங்க வாங்க"

"அப்பறம் எத தான் சொல்லி தரனும். அசிங்கமா இருக்கு."

"சரி விடுங்க வாங்க."

அன்று காலை உணவை முடித்துக்கொண்டு விடுதியை விட்டு கிளம்பினார்கள். நெடுஞ்சாலையில் இளம் சூட்டில் குளிர் காய்வது

போல் பசுமைகளுக்கிடையே அவர்கள் வாகனம் சென்னையை நோக்கி பயணித்துக் கொண்டிருந்தது.

"இந்த எடம் நல்லாயிருக்கு டைரெக்டர் கொஞ்ச நேரம் நிக்கலாம்."

"ம்ம்"

அவர்கள் வாகனம் இடது புறமாக தென்னந்தோப்பிற்கு அருகில் நின்றது. அங்கே நடப்பட்டிருந்த சாலையோர மைல் கற்களின் அருகில் அமர்ந்தார்கள்.

"சரி சொல்லுங்க சான்வெஜ் எப்படி இருந்துது?"

"கலாய்க்கிரியா சான்வெஜ்ஜே நமுத்துப் போச்சி போ"

"சரி டைரெக்டர் முன்னாடியே பண்ணிருக்கிங்கனு சொன்னிங்க. அப்போ எப்டி இருந்துச்சி?"

"ம் அப்போ உட்டோனே போச்சே. சும்மா சரக்சரக் தான்."

"யோவ் போதும்"

அவர்கள் வாகனம் மீண்டும் பயணத்தை தொடர்ந்தது. சிவாவின் எண்ணங்களில் காமத்தை பற்றி அவன் கட்டி வைத்திருந்த மாய பிம்பங்கள் அனைத்தும் உடைய தொடங்கின. மெய்மைக்கும் மாயத்திற்கும் இடையே அவன் சிந்தனைகள் தாவியபடி இருந்தன. கலவையான மனநிலையில் பயணித்தான்.

நவிரா கோயம்பேடு பேருந்து நிலையம் அடைந்து அவள் ஊருக்கான பேருந்தில் ஏறினாள். இரண்டு தினங்கள் கடந்திருந்தன. அவர்களின் காமம் சார்ந்த பேச்சுகள் மீண்டும் துளிர்க்க தொடங்கின. இந்த முறை சற்று யதார்த்தங்கள் அதில் கலந்திருந்தன.

****

15.

"வாழ்த்துக்கள்..."

"வாழ்த்துக்கள் ......வாழ்த்துக்கள்......."

"மகிழ்ச்சி ..... வாழ்த்துக்கள்...."

"............"

மூன்று வருடங்கள் சுழன்றிருந்தன.

****

ஆறு வருடத்திற்கு முன்பு சிவாவிற்கும் நாற்பது வயதை நெருங்கிய ஒரு பெண்ணிற்கும் பழக்கம் ஏற்பட்டது. நாளடைவில் அவர்கள் மிகவும் நெருக்கமானார்கள். இருவர்களுக்கிடையே நின்றிருந்த மெல்லிய திரையும் கிழிய இருவருக்குள்ளும் எந்த இடைவெளியுமில்லாமல் காமத்தீ அவர்களை சுட்டெரிக்க தொடங்கியது. தினமும் ஒருவரை ஒருவர் வார்த்தையாலும் பேச்சாலும் மூர்க்கமாக புணர்ந்துக் கொண்டிருந்தனர். அவர்களுக்கான நாட்களை எண்ணி தவித்தனர். அந்த நாட்களில் சிவாவின் வீடு காலியானது. அவனது பெற்றோர் அவசர வேலையாக சொந்த ஊர் செல்ல நேர்ந்தது. அவன் அவளை அன்றிரவு அழைத்தான். பள்ளி பருவத்தில் பெண்ணை புணர வேண்டும் என துளிர்த்த ஆவேசம் அன்று முதல்முறையாக நிறைவேறியது. அவள் அவன் வீட்டு கதவை தட்டினாள். அவன் கதவை திறந்து அவளை உள்ளிழுத்து கதவை தாழிட்டான். மோகம் இருவரையும் தின்றுகொண்டிருந்தது. அவன் வேகமாக அவளை கட்டிலுக்கு இழுத்து சென்று கிடத்தினான். அவள் வாயை கவ்வி உறுஞ்செடுத்தான். அவள் பிட்டத்தையும் மார்பையும் ஒரு இயந்திரம் போல் கசக்கிக் கூழாக்கினான். அவளின் பாவாடையை நேராக அவள் இடுப்பிற்கு மேல் தூக்கி அவள் உள்ளாடையை உருவி எடுத்து அவன் உறுப்பை அவள் உறுப்பிற்குள் செருகினான். எந்த பிடிப்பும் தடுப்புமில்லாமல் வழுக்கி கொண்டு நேராக உள்ளே சென்றது. மூன்று நான்கு நிமிடம் தொடர்ச்சியாக செருகி எடுத்த அவன், சடசடவென விந்தை அவளுக்குள் பாய்ச்சி அடங்கினான்.

சட்டென அவனின் ஆவேசம் தீர்ந்து ஒரு வெறுமை அவனை பற்றிக்கொண்டது. ஒரு மணி நேரம் கழித்து மீண்டும் புணர்ந்தான்.

விடியற்காலையில் இன்னொரு முறை புணர்ந்தான். ஒவ்வொரு முறை புணர்ச்சிக்கு பின்பும் வெறுமையே அதிகரித்தது. அவன் மனமும் கற்பனையும் கொண்டாடிய காமத்தின் ருசியை அந்த புணர்ச்சிகள் அவனுக்கு வழங்கவில்லை. முத்தத்திலோ எந்த ஒரு இன்ப சுவையையும் அவன் உணரவில்லை. அவள் உடலிலிருந்து எந்த ஒரு மோக வாசமும் வெளிப்பட்டு அவனை போதைக்குள் தள்ளவில்லை. காமம் இவ்வளவு தானா என்பது போல் பட்டது.

அவன் நண்பன் ஒருவனை அழைத்து அவன் அனுபவத்தை பகிர்ந்துக்கொண்டான்.

"ஆன்ட்டிலான் அப்படி தான் மச்சி இருக்கும். பழய பீஸ் ஆயிட்டா அப்படிதான். பொண்ணுங்க தான் வெய்ட்டு அதோட ஃபீலே தனி. பொண்ண செஞ்சி பாரு. ஒரு தடவ பண்ணி பாத்த அடிம ஆய்டுவ."

மீண்டும் அவன் மனம் காமத்தை பற்றிய கட்டற்ற இன்பத்தை கற்பனை செய்ய தொடங்கியது. அவனின் விடலை பருவ கற்பனைகளை இளம் பெண்ணிடம் ருசிக்கலாம் என நினைத்தது.

****

மாமல்லபுரத்திலிருந்து திரும்பிய இரண்டு வாரத்தில் மீண்டும் அடுத்த பயணத்திற்கு ஆயத்தமானார்கள்.

"எங்க இருக்கிங்க?"

"எண்ணெ கடைல"

"அதலான் ஒன்னு வேணா கம்முனு கெளம்புங்க."

"ம்ம் கெளம்புறோம் கெளம்புறோம் சரி சொல்லு உனக்கு எந்த எண்ணெ புடிக்கும் தேங்காவா நல்லெண்ணெயா இல்ல வெளக்கெண்ணெயா?"

"ச்ச டைரெக்டர் இப்டி கத்தி பேசுறிங்க பக்கத்துல யாராவது கேக்க போறாங்க கம்முனு வாங்க. நா கெளம்பிட்ட ஒரு மணிக்கு வந்துடுங்க."

அவர்கள் இருசக்கர வாகனம் பாண்டிச்சேரியை நோக்கி உருண்டது. பசியிருந்தும் எந்த உணவும் இறங்கவில்லை. எங்கும் நிற்கவும் மனமில்லை. விடுதியை அடைந்த அவர்கள் வேகவேகமாக அறைக்குள் ஒரு மூலையிலிருக்கும் மெத்தையின் ஒரு மூலையில் முடங்கினர்.

அவர்களின் பிரம்மாண்டமான கற்பனைக்கு அந்த சிறு மூலையே போதுமானதாக இருந்தது.

"வந்த உடனேவா. கொஞ்ச நேரம் போட்டும்."

"வந்ததே இதுக்கு தான். அப்பற என்ன பண்ண சொல்லுற"

"சரி பத்து நிமிஷம் அமைதி... சிரிச்சிட்டே இருக்காதிங்க அமைதியாயிருங்க."

"நா சிரிக்கல நீ தா சிரிச்சிகிட்டே இருக்க அதா நா சிரிக்குற...

இந்த தடவ வழிமுறைய சரியா பின்பற்றணும். அவசர படக்கூடாது."

"அத யார் சொல்லுறா பாருடா"

"ச்ச அசிங்க படுத்தாத. நான் ஏ கிட்டயே பேசிகிட்டிருக்க கம்முனு இரு"

"சரி சரி"

"ம்ம். ஆரம்பிக்கலாமா?"

"இன்னு பத்து நிமிஷம் ஆகலயே"

"அட போடி...."

அவன் மெதுவாக புரண்டு அவள் மேல் ஏறி முத்தத்தை பதித்தான். இந்த முறை அவள் முழு ஈடுபாடு காட்டினாள். அவள் உடல் தளர்ந்து மென்மையான பட்டாக பறந்தது. அவன் அவளை வாரி சுருட்டி அவன் மார்பின் மேல் கிடத்தினான். அவள் அவன் உடைகளை களைந்து அவனின் உறுப்பை வருடி அவனுக்குள் ஒரு வித கிளர்ச்சியை ஏற்படுத்த முற்பட்டாள். அவன் உறுப்பு ஒரு விறைத்த தடித்த வெள்ளரிக்காயாக நின்றது. அதன் இதழ்கள் திறந்து உயிர் நீர்மத்தை கசித்தது. அதை தீண்டிய அவள் கைகள் அவன் உடல் முழுக்க பரவி எதையோ தேடி அலைவது போல தவித்தன. இருவரின் வாசமும் மூச்சு காற்றும் ஒன்றாக பிணைந்து ஒரு நயமாக வெளிப்பட்டது. அவனின் விரல்கள் அவளின் திறந்த உறுப்பின் இதழ்களை வருடின. உள் நுழைய சம்மதம் தெரிவிப்பது போல் அவளின் நீர்மம் கசிந்தோடியது. அவனின் நடுவிரல் மெதுவாக அவளின் துளைக்குள் ஊடுருவிச் சென்றது. அவள் உடல் அன்னிய பொருள் ஏதோ தன் உடலுக்குள் புகுவதாக நினைத்து அதன் எதிர்வினைகளை வெளிப்படுத்த தொடங்கியது. வியர்வையால் அவள்

நனைய தொடங்கினாள். இதயத்துடிப்பும் மூச்சிக்காற்றும் வேகமெடுத்தது. ஏற்படும் வலியை பொறுத்துக் கொண்டாள். அவன் நடுவிரல் உள்ளிருந்து வெளிவந்து மீண்டும் உள் சென்றது. விரலால் அவளை புணரத் தொடங்கினான். ஒரு நிமிடம் கழித்து மெதுவாக இரண்டு விரல்களை உள் செலுத்தினான். உள் சென்ற வேகத்தில் அவள் மேலும் வலியால் துடிக்க தொடங்கினாள். முடியாமல் அவனிடமிருந்து விடுபட்டாள்.

"போதும் கொஞ்ச நேரம் போகட்டும்"

"ரெண்டு வெரல் கூட போல அதுக்குள்ள முடியலனா. நா எப்படி உள்ள உடுறது."

"அளவு அவ்வளவு தா. உங்கள யாரு அவ்வளவு பெருசா வளக்க சொன்னது."

"நானா வளத்த. சரி சரி இருந்தாலு நீ சொன்னத கேக்க நல்லாயிருக்கு. இதுக்காக நாங்க பண்ண ஆராய்ச்சிலான் ஒனக்கு தெரியாது."

"ஒன்னு தெரிய வேணா. வெளிய போலான். வந்து பாத்துக்கலான்."

"ஏ என்ன பாதிலயே போனா என் தம்பிக்கு யாரு பதில் சொல்லுறது. அவன் பாவம்"

"அவன் கெடக்குறான் ஒதவாக்கர."

ஒரு மணி நேரம் சுற்றிவிட்டு மீண்டும் அறையை அடைந்தார்கள்.

"வேற ஏதாவது பத்தி பேசுங்க. கேப்பே விடாம எப்டி இதே டாபிக் பேச முடியும்"

"நாங்களான் கேப்பே இல்லாம பதினஞ்சி வருசமா இதயே தான் பேசிகிட்டிருக்கோம். போவியா. என்ன ஆனாலும் சரி உள்ள உட்டே ஆகனும்."

"ஆமா ஆமா இல்லனா தல வெடிச்சிடும்."

அவளை மெத்தையில் வாரிப்போட்டு அவளின் ஆடைகளை பிரித்தெடுத்தான். நிர்வாணமான அவளின் உடல் மஞ்சள் ஒளியில் தேவதைகள் கையிலிருந்து உதிரும் வண்ண ஒளி துகள்கள் போல் மின்னியது.

"சரி சொல்லு தேங்காவா வெளக்கெண்ணெயா?"

"என்ன பண்ண போறிங்க?"

"ஒன்னுமில்ல அமைதி. வெளக்கெண்ண குளிர்ச்சி அதனால தேங்காவே போடுவோம்."

அவனின் விறைத்த உறுப்பை வெளியிலெடுத்து ஆணுறையை அதில் செருகினான். அதன் மேல் அதிக அளவில் தேங்காய் எண்ணெயை மொழுகினான். அவளின் தொடையை விரித்து அவள் உறுப்பிலும் சிறிது எண்ணெயைபூசினான்.அதன் இதழ்களை லேசாக உருவிக்கொடுத்தான். அதன் தசைகளை மெதுவாக அழுத்தி தளர்த்தினான். அவளுக்கு கிளர்ச்சியை இன்பத்தை ஏற்படுத்த அவன் விரல்களும் உதடுகளும் பற்களும் தளராமல் ஒன்றோடொன்று போட்டிப் போட்டன.

"இப்போ எப்படி இருக்கு?"

"எப்படியா... ஒரே கிச்சிக்கிச்சா இருக்கு"

"ச்ச ஒன்னலா வச்சிக்கிட்டு என்ன பண்ண போறனோ தெரிலையே. இந்நேரம் "ஓ யா", "ஓ மை காட்", "ஊ யா", "கம்மான் பேபி"னு கத்திருக்கனு ஹாஹாஹாஹா...."

"சொல்லிட்டு நீங்களே சிரிச்சிக்கோங்க. ஆள பாரு."

அவன் உறுப்பை பிடித்து அவள் உறுப்பின் இதழோடு இணைத்து வருடினான். பின் மெதுவாக உள் செல்ல முயற்சித்தான்.

"வலி இருக்கா போட்டா?"

"இல்ல பாத்துக்கலாம் போங்க."

அவள் அவன் உறுப்பை பிடித்து சரியாக அவள் துளைக்குள் செலுத்த உதவினாள். பிசுபிசுப்பான நீர்மங்களின் மத்தியில் அவன் உறுப்பின் முனை அவள் சிறிய துளைக்குள் சென்றது. அவன் தடித்த பின் பகுதியை செருக முயற்சிக்கும் போது அவள் வலி தாங்காமல் அவனை விலக்கிவிட்டாள். சிறிது நொடிகள் இடைவெளி கொடுத்து மீண்டும் மீண்டும் செருகினான்.

"சரி கொஞ்ச நேரம் போட்டும் விடுங்க. இங்க வாங்க."

"சொல்லு"

"என்ன சொல்லுறது"

".............."

"தண்ணி வேணுமா?"

"இல்ல கொஞ்ச நேரம் போட்டும்.

.... என்ன நனைக்கிறிங்க என்னடா ஒன்னு தெரியாத மொக்க பீஸ்கிட்ட மாட்டிகிட்டோனா?"

"ச்ச என்ன லூசு மாதிரி பேசுற. உண்மையா இது முக்கியமில்ல. நீ தான் முக்கியம்...... இல்ல இதுவும் முக்கியம் தான்.... ஆனா நீ ரொம்ப முக்கியம்..... இல்ல ரெண்டுமே முக்கியம் தான்...ஆனா நீ ரொம்ப ரொம்ப முக்கியம்.... "

இருவரும் சிறிது நேரம் தொடர்ச்சியாக சிரித்தார்கள். பின் மீண்டும் புணர தொடங்கினார்கள். அவள் அவன் மீதமர்ந்து அவனை புணர முயற்சித்தாள். அவளின் துளைக்குள் அவனின் உறுப்பை செலுத்த முயற்சித்தாள். துளையின் சுவரில் மோதி உள் செல்ல தடுமாறிய அவனின் உறுப்பு இரண்டு நிமிடம் கழித்து தளர்ந்தது.

"போதும் விடு. கடுப்பாய்டிச்சி"

"பாருடா சாருக்கே கடுப்பாய்டிச்சாம்."

அவள் அவளின் கையால் அவனின் உறுப்பை தூண்டி மீண்டும் விறைக்க வைத்தாள். அதன் மேலிருந்த ஆணுறையை அகற்றி அவள் வாயால் புணர்ந்து விந்தை வெளியேற்றினாள்.

"ரெண்டு மாசத்துக்கு ஒரு தடவ பண்ணா எப்படி உள்ள போகும். ஓட்ட சின்னதா ஆய்டிச்சி."

"அதுக்கு என்ன செய்ய முடியும். தினமு எப்படி பண்ணுறது."

"வீட்டுல கேரட், கத்திரிக்கா, பூசணிக்காலான் எதுக்கு வாங்குறாங்க"

"ம்ம். ரொம்ப தான் பூசணிக்காவா. ரொம்ப பேசிடிங்க அவ்வளவு தான் கெளம்புங்க."

****

அன்று காலை அவர்கள் மீண்டும் முயற்சித்தனர். இருவரின் கண்களும் ஒருவரை ஒருவர் நேராக மோதிக் கொண்டன. அவனின் உதட்டால் அவள் இமைகளை மெதுவாக கவ்வினான். தாழ்ந்த குரலில், "வலியிருக்கா" என்றான்.

"இல்ல இல்ல போங்க மெதுவா"

"ஓ... ஓ..... போது, போது டி....... உள்ள போது. ஏ..."

"டேய் எதுக்கு கத்துற எருமை"

"எருமையா. உள்ள போய்டிச்சி. எவ்வளவு முக்கியமான வரலாற்று சாதன"

"போதும் முடிங்க."

இறுதியாக அவனும் அவளுக்குள் சென்றான். கடுமையான வலியை பொறுத்துக் கொண்டு அவள் அந்த புணர்ச்சியை ரசிப்பதாக தன் மனதிற்குள் நினைத்துக்கொண்டாள். "நல்லாயிருக்கு நல்லாயிருக்கு" என மீண்டும் மீண்டும் சொல்லி மனதை அதற்கு பக்குவப்படுத்தினாள். அவன் மெதுவாக வேகமெடுத்தான். இறுகிய அவளின் உறுப்பு தசைகள் அவன் உறுப்புடன் உரசி அவனின் விந்தை வெளிக்கொண்டு வந்தது.

அந்த புணர்ச்சி அவர்களுக்கு உடல் இன்பத்தை கொடுத்ததா என தெரியவில்லை ஆனால் கடைசியாக புணர்ந்தோம் எனும் நிறைவை கொடுத்தது.

****

தொடர்ந்து வந்த நாட்களில் எண்ணிலடங்கா முறை அவர்கள் புணர்ந்தனர். ஆனால் அவளுக்கு உச்சத்தை ஏற்படுத்தும் திறனை அவனால் எளிதில் கண்டடைய முடியவில்லை. ஒவ்வொரு முறையும் அவர்கள் புணரும் போது அவன் உச்சத்தை அடைந்தால் போதும் என்ற நிலையிலேயே அவள் செயல்படுவாள். அது அவனுக்கு அவர்கள் புணர்ச்சி அவளுக்கு இன்பத்தை உண்டாக்கவில்லையா என்ற எண்ணத்தை ஏற்படுத்தும்.

"அப்டி இல்ல டைரெக்டர். நல்லா தான் இருக்கு. நீங்க சொல்லுற மாதிரி ஒன்னு எனக்கு தெரிலையே."

பின் ஒர் நடுபகலில் அவர்களின் புணர்ச்சியின் மத்தியில் அவள் வெடித்து பெரும் சத்தத்துடன் அவளின் மூச்சிக்காற்றை வேகமாக

வெளித்தள்ளினாள். அவள் உடல் முழுக்க நடுங்கி கூசியது. அவளின் கன்னம் சிவக்க இதழும் கண்களும் விரிந்து பெரும் மகிழ்வை காட்டின. அது பெரும் களிப்பை அவளுக்குள் ஏற்படுத்தியது.

"ஹா....... கடைசியா வந்துச்சி போல"

அவளின் பிறை முகத்தை அதில் வெளிப்பட்ட தளர்ச்சியை அவன் கண் கொட்டாமல் பார்த்தான். அந்த நொடி நின்று நிதானமாக நகர்ந்தது. அவர்களுக்குள் இருக்கும் பிணைப்பு மேலும் இறுகுவதாக அவனுக்குப்பட்டது. அந்த புணர்ச்சி வெறும் புணர்ச்சியாக இருக்கவில்லை. அது அவர்களுக்குள் இருக்கும் ஆழ்ந்த அன்பாக மாற்றம் கொள்வதாக தோன்றியது.

****

"வாழ்த்துக்கள்..."

"மகிழ்ச்சி.... வாழ்த்துக்கள்...."

"வாழ்த்துக்கள்..."

"சொல்லாம திடுதிப்புனு கல்யாணத்த வச்சிட்டிங்களே சார்"

"அப்படிலான் ஒன்னு இல்ல. சரி சாப்புடுங்க."

அது அவர்களின் திருமண நாள். முக்கியமான குடும்ப உறுப்பினர்கள் மற்றும் சில நபர்களுடனும் ஒரு சில பத்திரிக்கைகள் முன்னிலையிலும் எந்த ஒரு சடங்கு முறையுமின்றி நவிராவும் சிவாவும் மணந்து கொண்டனர்.

அன்று நவிரா ஐம்பத்தி மூன்று நாட்கள் கருவுற்றிருந்தாள்.

****

16.

"என்ன டைரெக்டர் எல்லாத்தையு கழட்டிட்டிங்க?"

"அதா ஜெட்டியிருக்கே."

"ச்ச வெக்கமேயில்ல."

"என்ன வெக்கம் அப்பறம் கடல்ல எப்படி குளிக்குறது. வேணுனா நீயு எல்லாத்தையு கழட்டிடு."

"அதாவது... ஒன்னு சொல்லுறதுக்கில்ல. சரி ரொம்ப உள்ள போக வேணா போதும் அப்படியே உக்காரலாம். அல ரொம்ப உயரமா வருது."

அது ஓர் ரம்மியமான விடியல். திங்கள் இன்னும் முழுதாக மறையும் முன் ஞாயிறு வீம்பாக அவள் கதிரை பாய்ச்ச தொடங்கிவிட்டாள். அவளின் மின்னும் செம்மஞ்சள் கதிர்கள் நீலமாக சலசலக்கும் கடலுடன் கலந்து குளிர்ந்த சாம்பல் அலையாக வேகமெடுத்து கரையில் படுத்திருந்த அவர்களை முழுதாக வாரி அணைத்துவிட்டு சென்றது.

"ப்பா ரொம்ப சில்லுனு இருக்கு"

"முதல் தடவ படும் போது அப்படி தான் இருக்கும். ரெண்டு மூனு...... த்தா..... சிரிக்காத"

"வாயெல்லான் மண்ணு. த்து..... உப்பு நல்லாயிருக்கு. ஓடம்பு நடுங்குது."

"கொஞ்ச நேரத்துல சரியாய்டும்."

"சரியாய்டும் சரியாய்டும்... ஆ.....அல பெருசா வருது டைரெக்டர் கொஞ்ச..... ஊ.....ஊ...த்து... கைய புடிங்க....தண்ணி இழுக்குது கொஞ்சம் மேல ஏறி உக்காரலாம்."

"ம்ம்.... த்து...து.....சரியாயிருக்கும் அப்படியே பக்கத்துல படு..."

"கத்தாதிங்க சிரிப்பாயிருக்கு"

"அலைல ஒன்னு கேக்கல திரும்ப சொல்லு"

ஒரு மணி நேரம் கடந்திருக்கும். அவர்கள் சற்று மேடேறி படுத்திருந்தார்கள். விழும் வெப்பமும் உலாவும் காற்றும் நனைந்த அவர்கள் உடலுக்கு இதமாக இருந்தன. வெப்பம் ஏற ஏற அவர்கள் உருகிக் கொண்டிருந்தனர்.

"இன்னும் பதிப்பகத்துலந்து ஒன்னு சொல்லலையே. நா எழுதுனது புடிக்கலையா?"

"அப்புடினு யார் சொன்னா. கொடுத்து ஒரு மாசம் தான ஆயிருக்கு. முதல் நாவல் வர கொஞ்ச நேரம் எடுக்கும். புடிக்கலனு எதுவும் இல்ல சிறப்புனு எதுவும் இல்ல. எல்லாமே ஒவ்வொருத்தர் பார்வைக்கும் புரிதலுக்கும் ஏத்தாபோல மாறும். அத பத்தி யோசிக்காத. நம்ம வேல எழுதுறது மட்டும் தான். கூவத்துக்காரின்ற பேருக்கே எல்லாரும் புத்தகம் போடுவாங்க."

"ஒன்னு சாமியார் மாதிரி பேசுறிங்க இல்ல பிட்டு கத பேசுறிங்க."

சிவாவும் நவிராவும் பழகத்தொடங்கி இரண்டு வருடங்கள் சுழன்றிருந்தன. அந்த வருட தொடக்கத்தில் அவன் இயக்கி இருந்த படம் சிறிய எண்ணிக்கையில் வெள்ளித்திரையில் வெளிவந்திருந்தது. குறிப்பிடத்தக்க பெயரையும் விமர்சனத்தையும் ஈட்டியிருந்தது. அடுத்த பட வேலைகளையும் வெற்றிகரமாக தொடங்கியிருந்தான். இதற்கிடையில் அவன் எழுதிய இரண்டு குறுநாவல்களும் வெளிவந்திருந்தன. நவிராவும் சென்னைக்கு மாற்றல் வாங்கி வந்திருந்தாள். முழுநேர உதவி இயக்குனராகவும் சிவாவுடன் பணியாற்றிக் கொண்டிருந்தாள். ஓய்வு நேரங்களில் அவள் எழுத தொடங்கிய ஒரு சிறுகதை தொகுப்பை பதிப்பகத்திற்கு அனுப்பியிருந்தாள். இருவருக்கும் காலம் நிதானத்தைக் கொடுத்தது. தற்போது சிவா இயக்கும் படத்தை முடித்தவுடன் அவர்கள் மணம் புரிந்து கொள்ள முடிவெடுத்திருந்தனர்.

****

17.

"அறுவத்துநாலு பாணி இருக்குதான். நம்ம இன்னும் ரெண்டையே தாண்டல. மீதியெல்லான் எப்போ பண்ணுறது."

"ம்ம் ரெண்டே தாங்கல. கனவு தான் எல்லாத்தையும் படத்துலையே பாருங்க."

"ச்சி உள்ள போச்சா?"

"ம்ம்"

"இப்போலான் உள்ள போறதே தெரியல. சரசரனு போது. ஹாஹாஹா..."

"சிரிக்காதிங்க. எப்படி நம்மலால எப்பவு மேட்டர பத்தியே பேச முடியுது?"

"எல்லாரு அப்டி தான்..."

"..............."

"........."

"......"

"என்ன இன்னைக்கி ரொம்ப நேரம் போது."

"வர போது பெண்ணே...."

"......"

"....."

"ஊஉ.... எப்படி இருந்துச்சி?"

"எப்பவு போல தான். சும்மா கை கால தூக்கி யோக பண்ண மாதிரி."

"ச்ச ஒன்னலான் வச்சிக்கிட்டு என்ன செய்ய. 'ஓ மை காட்'னு எப்போ தா கத்த போறியோ."

"சரி இருங்க பாத்ரூம் போய்ட்டு வரன்."

சமீப காலமாக சிவாவும் நவிராவும் அவர்களின் உடலுறவை காட்டிலும் உடலுறவு முடிந்த பின் படுக்கையில் மெல்லிய குரலில் சில மணி நேரம் பேசும் வெற்று கதைகளையே பெரிதும் விரும்பினார்கள். அந்த வெற்று கதைகளின் ஊடாக அவர்களுக்கிடையே பெருக்கெடுக்கும்

அன்பும் மகிழ்வும் கேலியும் கிண்டலும் தான் அவர்களின் பிணைப்பை இறுக்கியது. சிவா மெல்ல பெண் உடலை அவற்றின் யதார்த்தத்தை உணர தொடங்கினான். முத்தமிடும் போது வெளிப்படும் அவளின் ஏப்பமும். படுக்கையில் தூக்கி கிடத்தும் போது வெளியேறும் காற்றும் அறைக்குள் நுழைந்தவுடன் கழிவறை செல்வதும் அவளுக்கு ஏற்படும் சோர்வும் வலியும் இயற்கை என புரிந்து கொள்ள தொடங்கினான். ஆபாச பட மோகங்கள் வெறும் கிளர்ச்சிகளையும் பொய்மையையும் மட்டும் ஏற்படுத்தும் செயற்கை திணிப்புகள் என அவன் மனம் ஒப்புக்கொள்ள தொடங்கியது.

****

18.

நவிரா மணமுடித்த இரண்டாவது மாதத்தில் பெரும் உடல் சோர்வைக் கண்டாள். சிவா அவன் பட வேலையாக வட மாநிலங்களுக்கு சென்றிருந்தான். நவிரா தனிமை வேண்டி குடும்பத்தை விடுத்து நகரத்திற்கு வெளியே அவர்கள் புதிதாக கட்டியிருந்த தோப்பு வீட்டில் வந்து தங்கியிருந்தாள்.

"இன்னும் வர எத்தன நாள் ஆகும் டைரெக்டர்?"

"நாலு அஞ்சு நாள்ல வேல முடிஞ்சிடும். வந்துடுவேன். எப்படி இருக்க. ஏன் சோர்வா பேசுற."

"ஒன்னு இல்ல சும்மா டையர்டா இருக்கு. சரியாய்டும்."

"எங்க இருக்க. யாரும் கூட இல்லையா?"

"நா தான் எழுதலாம்னு புது வீட்டுக்கு வந்தன்."

"சரி அம்மாவ வர சொல்லு தனியா என்ன பண்ணுவ"

"ம்ம்...."

சிவா வீடு திரும்ப எட்டு நாட்கள் ஆனது. அவன் நேராக நவிராவை சென்று பார்த்தான். அவள் துணைக்கு யாரையும் வரவைக்கவில்லை.

"சாப்டியா...யாரையு வர சொல்லலையா. அம்மாவ வர சொல்ல வேண்டியதான."

"பூனைங்கள யார் பாத்துப்பா?"

"சரி உங்க அம்மாவ வர சொல்ல வேண்டியதான"

"காட்ட யார் பாத்துப்பா?...."

"......."

"நீங்க தான் நாலு நாள்ல வரேன் சொல்லிட்டு எட்டு நாள் ஊர் சுத்திட்டு வரிங்க."

"ஏ நா என்ன சும்மாவா போன."

"நீங்க தான் கூட இருக்கணு. மத்த எல்லாரையு கூட இருக்க சொல்றிங்க."

"பத்து மாசம் சும்மா கூடவே உக்காந்துட்டிருப்பாங்க. சரி உடு அதான் வந்துட்டன்ல."

"என்னத்த விடுறது."

"ஏ இப்போ என்ன பண்ணனுங்குற. அதான் வந்துட்டேன்ல சும்மா வந்தோனே கத்துற. ஊர்ல எல்லாரு தான் பெத்துக்குறாங்க சும்மா சீன போட்டுட்டு."

தொடர்ந்து கனமான வார்த்தைகளை சிவா உதிர்த்துவிட்டான். நவிரா உடல் சோர்வால் அங்கு நிற்க முடியாமல் அவள் நூலக அறைக்கு சென்றுவிட்டாள்.

"போய் படுக்க வேண்டிதான. எதுக்கு இப்போ புத்தகத்த படிக்குற..."

அன்று மாலை வரை இருவரும் பேசிக்கொள்ளவில்லை. மாலை சந்தைக்கு சென்ற சிவா நிறைய பழங்களை வாங்கி வந்தான்.

"இத குடி..."

அரை மணி நேரம் கடந்தும் அவன் கொடுத்து சென்ற மாதுளை ரசம் அப்படியே இருந்தது.

"ராத்திரி என்ன சாப்புடுற"

"............."

வானம் லேசாக இடிந்தது. சற்று நேரத்தில் சாரல் பிடித்து கொண்டது. அந்தியின் கடைசி துளிகள் செம்மஞ்சள் இளஞ்சிவப்பு நீலமாக வானை தூரிகையிட்டிருந்தன. மழையின் திடீர் சலசலப்பால் மரங்களில் அண்டியிருந்த பறவைகள் முணுமுணுத்தன. தோப்பில் சாரலில் நடுங்கிக் கொண்டிருந்த இரண்டு நாய் குட்டிகளை நவிரா வேகமாக சென்று வீட்டிற்குள் தூக்கி வந்தாள். வீட்டிற்குள்ளிருந்த பழுப்பு நிற பூனை அதை பார்த்தவுடன் சீரிற்று.

அன்று இரவு சிவா இனிப்பு கேழ்வரகு அடையை சுட்டிருந்தான்.

"சாப்புடு வா..."

"........."

"சரி வா சாப்புடலாம்..."

"......."

"இவ்வளவு நாள் நாங்க சாப்புடலையா என்ன புதுசா. ஊர்ல எல்லாரு தான் சாப்புடுறாங்க. சும்மா சீன போட்டுட்டு..."

"சரி தப்பா சொல்லிட்ட மன்னிச்சிடு. சரி எனக்கு பசிக்குது வாயேன் சாப்புடலான்."

சற்று நேரம் கடந்து நவிரா உணவு மேசைக்கு வந்தமர்ந்தாள். அவன் பரிமாறிய அடையின் சிறு துண்டை எடுத்து புதினா துவையலுடன் சேர்த்து வாயில் போட்டாள்.

"ச்ச... நல்லாவேயில்ல ஒரே இனிக்குது."

"மூஞ்ச பாத்தா அப்படி தெரியலயே."

"அது மூஞ்சி. அத பாத்தா தெரியாது. நல்லாயில்லனா நல்லாயில்ல. எனக்கு கார அட தான் புடிக்கும்."

"ஓ கார அடையு இருக்கே."

"எங்க?"

"அதான் நீ தான் அது."

"சபா.... இந்த மொக்க ஜோக்கலான் உங்க படத்துல வைங்க கேக்க முடில."

"சரி சரி வைக்கலான். இப்போ நல்லா சாப்புடு."

"என்ன திடீர் அக்கற. இவ்வளவு நாள் வுட்டுட்டு தான போனிங்க. எங்களுக்கு என்ன ஆனா என்ன."

அவன் மெதுவாக எழுந்து வந்து அவளை இறுக்க அணைத்தான். அவள் கன்னத்திலும் கழுத்திலும் முத்தத்தை பதித்தான். அவள் நீரிலிருந்து எடுத்த மீனாக துள்ளினாள். பின் அவளின் கோவம் தாமரை இலையில் ஒட்டாத நீராக உருண்டோடியது. மெல்ல அவள் கண் கசிந்தது. அவனின் அணைப்பிற்காக அவள் ஏங்கினாள்.

காலை வீசிய கொண்டல் பனி துளிகளை அவர்கள் அறைக்குள் இழுத்து வந்தது. இருவரும் அந்த பகுதியை சுற்றி நடந்து கொண்டிருந்தார்கள்.

மண் சாலையின் இருபுறமும் நின்று கொண்டிருந்த தென்னை மரங்கள் அவர்கள் வருகையை அறிந்தது போல் சலசலக்க தொடங்கியது.

"நேத்து செஞ்ச சான்வெஜ் எப்படி இருந்துச்சி?"

"ச்ச அதுக்கு அடையே பரவால்ல"

"ரொம்ப தான். எங்க அடைக்கு என்ன குறச்சல். சரி இப்போ என்ன சாப்புடுற."

"எனக்கு ஒன்னு வேணா. நாலு நாள் செய்விங்க அப்பற யாரு செய்வா...."

"............."

"எனக்கு அல்வா வேணு."

"அல்வா தான செஞ்சிட்டா போச்சி."

அன்று அந்த பிசுபிசுப்பான கரப்பான் ஓடும் சமையலறை மகிழ்வான சிரிப்பொலிகளால் நிறைந்தன. நவிரா நெடும் நாட்கள் கடந்து ஆழமாக சிரித்தாள்.

வானல் சூடேற மணத்தை வீசியபடி நெய் கொதித்தது. முந்திரியும் ஏலக்காய்களும் குதூகலமாக நெய்யில் குதித்தோடின. கோதுமையும் சக்கரைபாகும் பொங்கி வழிய அவர்கள் சமைத்த அல்வா உணவு மேசைக்கு வந்தது. அந்த அல்வாவில் எந்த சுவையும் இல்லை. சொல்லப்போனால் அது அல்வாவிற்கான எந்த அறிகுறியுடனுமில்லை. இருந்தும் அதில் அன்பு சமைக்கப்பட்டிருந்தது.

"ச்ச அல்வா செஞ்சு தரேன் சொல்லிட்டு ஏமாத்திட்டிங்க."

"ஏ அதான் செஞ்சேனே நல்லா தான் இருந்துச்சு."

"அல்வா ஆசையே போச்சு போங்க. சரி நா படுக்க போறன்."

"சரி தூங்கு."

சிவா அவன் இருசக்கர வாகனத்தை எடுத்து கொண்டு கடைவீதிக்கு சென்றான். அவன் வீட்டிலிருந்து அது நான்கு கிலோமீட்டர் தொலைவு இருக்கும். அங்கு இருந்த அடுமனையில் அரை கிலோ அல்வாவை வாங்கிவிட்டு திரும்பும் நேரம் மழை பிடித்துக் கொண்டது. ஒரு மணி நேரம் காத்திருந்தும் மழை நிற்கவில்லை. அவன் அலைபேசியையும்

எடுத்து வரவில்லை. நண்பகல் மூன்று மணி அளவில் கிளம்பியவன் அந்த குண்டும் குழியுமான மண் சாலைகளை தாண்டி மீண்டும் வீடு வந்து சேர மாலை ஐந்தரை மணி ஆகிவிட்டது. வந்து சேர்ந்த நேரம் வீட்டில் மின்சாரம் துண்டிக்கப்பட்டிருந்தது.

"நவிரா.... நவிரா....."

"எங்க போனீங்க. ஃபோன எடுத்துட்டு போக வேண்டியதான."

"வந்துடலானு பாத்தேன். மழைல மாட்டிக்கிட்டேன்."

"எதாவது சொல்லுங்க."

"சரி இப்போ எதுக்கு கத்துற."

"நா கத்தல உங்களுக்கு தான் இப்போலா நான் பேசுனாலே கத்தற மாதிரி கேக்குது."

"திரும்ப ஆரம்பிக்காத இந்தா."

"என்ன?"

"பாரு உனக்கு தான் வாங்கிட்டு வந்தன்."

"அப்டி வைங்க."

"வாங்கி தொறந்து தான் பாறன்."

அவள் அதை வாங்கி திறந்து பார்க்காமல் இருக்கையில் வைத்துவிட்டு உள் அறைக்கு சென்று படுத்தாள். மழை மீண்டும் பிடித்தது. காற்றின் வேகம் அதிகரிக்க இடியுடன் மழை கொட்டித் தீர்த்தது. சிறிது நேரம் கழித்து நவிரா வெளியில் வந்தாள். வாசல் இருக்கையில் அமர்ந்திருந்த சிவாவின் அருகில் சென்று அமர்ந்தாள் அவன் கையை பற்றிக் கொண்டாள். இருவரும் எதுவும் பேசவில்லை. விழும் மழை முத்துக்களை பார்த்தபடி இருந்தனர்.

****

19.

"செக்அப் எப்போ?"

"அடுத்த வாரம் தான்."

"அடுத்த வாரமா....சரி."

"என்ன. வேல இருக்கா?"

"பாத்துக்கலான்..."

"பரவால நீங்க போங்க நா பாத்துக்குறன்."

****

"வீட்ல வரலயா?"

"இல்ல டாக்டர் வேலனு போயிருக்காங்க."

"நல்லா பாத்துக்குறாங்களா. அவர நா பாத்தே ரொம்ப நாள் ஆச்சு. உங்களோட ஒரு தடவ கூட வரல நெனைக்குறன்."

"அதலான் ஒன்னுமில்ல நல்லாதான் இருக்கோம்."

"சரி நல்லா சாப்புடுங்க. கொழந்த நல்லா இருக்கு. நீங்க தான் பலவீனமாயிருக்கிங்க. அஞ்சி மாசம் முடிஞ்சிருக்கு. அடுத்த மாசம் வாங்க. முடிஞ்சா அவர கூட்டிட்டு வாங்க."

"தேதி எப்போ டாக்டர் இருக்கும்?"

"அதலான் அப்பறமா பாத்துக்கலாம் இப்போ ஒன்னு அவசரமில்ல."

****

20.

அன்று அவளின் மாதவிடாய் நாட்கள் மூன்று தினங்கள் தள்ளி போக சந்தேகமடைந்த நவிரா அவளின் சிறுநீரில் இரண்டு சொட்டுகளை எடுத்து ஒரு நீளமான கருவியின் சிறு இடுக்கில் விட்டாள். சற்று நேரத்தில் அந்த கருவியின் மையப்பகுதியில் இரண்டு சிவப்பு நிற கோடுகள் தெரிந்தன. சட்டென பதட்டமடைந்த அவள் சிவாவை அழைத்தாள். அவன் பேசி இயக்கத்தில் இல்லை என பதில் வந்தது. சிவா பிரான்ஸ் நாட்டிற்கு மூன்று வாரம் முன்னர் இரண்டாம் கட்டப் படப்பிடிப்பு வேலையாக சென்றிருந்தான். பின் அவள் அவளுக்கு தெரிந்த மருத்துவரை சென்று பார்த்தாள். பரிசோதனைக்காக இரத்த மாதிரியை கொடுத்துவிட்டு இரண்டு மணி நேரம் அந்த மருத்துவமனை வளாகத்தை சுற்றி தொட்டியில் விடப்பட்ட கெண்டை மீனை போல் உலாத்தினாள்.

"எப்போ வருவீங்க?"

"ஏன் அதுக்குள்ள அடுத்த சான்வெஜ்க்கு ரெடியா....."

"மண்ட. ப்ரெக்னென்சி டெஸ்ட் பாசிடிவ்னு வந்துருக்கு."

"ப்பா இதே கதைய எத்தன வாட்டி சொல்லுவ."

"இந்த தடவ உண்ம. பொய் சொல்லுல ரிசல்ட்ட மெயில் பண்ணுறன்."

"ஓ கடவுளே. நா வர இன்னம் ஒரு வருசம் ஆகுமே. ஜாலி தான்."

"கொல நடக்கும். நாளைக்கே வரிங்க. இல்ல நாளைக்கு ஹார்ட் டிஸ்க்ல இருக்குற படத்தோட ஃபுட்டேஜ்லான் அழிச்சிடுவன்."

சிவா பிரான்ஸிலிருந்து வர எட்டு நாட்கள் ஆனது. எட்டு நாட்களும் நவிராவை வம்பிழுப்பதையும் சீண்டுவதையுமே வாடிக்கையாக வைத்திருந்தான்.

இது அவர்கள் எதிர்பார்த்ததுதான். நடக்கும் வருடத்தில் ஒரு நாள் திருமணம் செய்ய திட்டமிட்டிருந்தனர். திருமணத்திற்கு ஆயத்தமானவுடன் அவன் ஆணுறையை பயன்படுத்துவதை தவிர்த்துவிட்டான். சிவா சென்னை வந்தடைந்த இரண்டாவது வாரத்தில் அவர்கள் திருமணம் அவர்கள் மனதில் தீட்டியிருந்த மாய ஓவியமாக நடந்தேறியது.

****

21.

"எப்படி இருக்க. செக்அப்ல என்ன சொன்னாங்க?"

"எல்லா சரியாதான் இருக்கு. நீங்க தான் வரவே மாட்டேன்றிங்கனு சொன்னாங்க."

"ஏ நா தான் வரணு சொன்ன. நீ தான் வேணானு சொல்லிட்ட."

"அதலான் எனக்கு தெரியல. நா கூப்புட்ட டாக்டர். அவர் தான் நா எதுக்கு வரணும். என்னோட வேலையா இது அதுனு திட்டிட்டாருனு சொன்ன. டாக்டர் தான் டைரெக்டர்னா கொம்பா அறிவில்ல அவனுக்கு கட்டுனவள இப்படி தான் நடத்துவானானு திட்டுனாங்க."

"ம்ம் திட்டுவாங்க திட்டுவாங்க. அள்ளி வுடு. சிரிக்காத சரி வா சாயங்காலம் சேயோன் படம் இசை வெளியீட்டு விழா இருக்கு போய்ட்டு வரலாம்."

"நா எதுக்கு. சோர்வாயிருக்கு."

"வீட்டுலயே இருந்தா அப்படி தான் தெரியு. சும்மா வா போய்ட்டு வரலாம். மக்கள் கூவத்துக்காரிய பாத்து ரொம்ப நாள் ஆய்டிச்சி."

செ ன்னையின் மையத்தில் அமைந்திருக்கும் ஐந்து நட்சத்திர விடுதியில் மிதமான கூட்டத்தின் நடுவே புகைப்பட கருவிகளின் மின் வெட்டொளிகள் அதிர சிவாவும் மற்ற முன்னணி திரை கலைஞர்களும் அந்த படத்தின் முன்னோட்டத்தை வெளியிட்டனர். நான்கு மணி நேரத்திற்கும் மேல் நிகழ்ச்சி நீண்டது. நவிரா சிவாவை பார்த்தபடி எதிர் புறத்தில் நான்கு வரிசைக்கு பின் அமர்ந்திருந்தாள். சிவாவோ நவிராவை அழைத்து வந்திருக்கும் எண்ணமே இல்லாமல் செயல்பட்டு கொண்டிருந்தான். பக்க வாட்டில் உள்ள திரையில் பாடல்கள் அதிர்ந்து கொண்டிருந்தன.

"தோழர் வணக்கம்."

"வணக்கம்."

"நா ரஞ்சிதா தினமணி. நீங்க மறந்துட்டிங்க."

"பாட்டு சத்தத்துல சரியா கேக்கல. மன்னிச்சிடுங்க திரும்ப சொல்லுங்க."

"பரவால நா உங்க 'முருகன் கோவில் பேருந்து நிறுத்தத்திற்கு' விமர்சனம் எழுதியிருந்தன்... நல்ல சிறுகத அது."

"ஓ.... நன்றி."

"எத்தன மாசம்?"

"ஆறு. ஒரு உதவி பண்ணுங்க. என்ன வெளிய கூட்டிட்டு போக முடியுமா?"

சிலந்தி வலையிலிருந்து விடுபட்ட தேனீ போல் உணர்ந்தாள் நவிரா. அவளுக்கு லேசாக தலை சுற்றுவதாக இருந்தது. அந்த பத்திரிக்கையாளரிடம் சிவாவிற்கு தகவல் கொடுத்து அழைத்து வரும்படி கேட்டிருந்தாள்.

"சொல்லிட்டன் தோழர். வந்துடுறேனு சொன்னாரு."

சிவா ஒரு மணி நேரம் கழித்து வந்தான்.

"சாப்புட்டு போலாம் வா."

"இல்ல வேணா நெஞ்சி கரிக்குது வீட்டுக்கு போய் பாத்துக்கலாம்."

"வீட்டுக்கு போக ரெண்டு மணி நேரம் ஆகும். எதாவது சாப்புட்டு போலாம் வா."

"கூட்டம் சத்தம் ஒத்துக்கல. முதல போலான் வாங்க."

"சரி சொல்லிட்டு போலான் வா."

"நா வரல நீங்க போய்ட்டு வாங்க."

"ஏ சும்மா வாயேன். குத்து கல்லு மாதிரி உக்காந்தே இருக்க."

"என்ன பேசுறீங்க. புரியல உங்களுக்கு நா எப்போ வர சொன்ன நீங்க எப்போ வரிங்க. நா எப்படி இருக்க எதாவது புரியுதா. யோசிக்க மாட்டிங்களா. உங்க கலர் கலர் ஹீரோயின் கிட்ட போய் பல்ல காட்டுங்க. நா முக்கியமா அது முக்கியமா. நானே போய்கிற நீங்க வர வேணா."

ஆவேசமாக வந்த அவளின் குரல் சுற்றத்தையும் அதன் வில்லைகளையும் அவர்கள் பக்கம் திருப்பின. நவிரா அவள் மூச்சிக்காற்றை வெளித்தள்ள சிரமப்படுவதாகப்பட்டது. அதன் பின் எதுவும் பேசாமல் அமைதியாக வாயில் புறமாக நடக்க தொடங்கினாள். அவள் அவனுக்காக

காத்திருக்காமல் தானியை பிடித்து வீட்டிற்கு திரும்பினாள். சிவா அவளுக்கு முன்பாகவே வீடு வந்து சேர்ந்திருந்தான். நவிராவை பார்த்த அவன் பெரிதாக எதுவும் பேசவில்லை.

"சாப்பாடு வாங்கி வச்சிருக்க சாப்புடு"

அவள் பதிலேதும் சொல்லவில்லை. நேராக அவள் படுக்கை அறைக்கு சென்றுவிட்டாள். சிறிது நேரம் கடந்து அவன் படுக்கை அறை சென்றான்

"சாப்புட்டு படு"

"............."

"............."

"ஏ என்ன பிரச்சன. சும்மா மூஞ்சக்காட்டுற"

"............."

"............."

"வாயத்தொறந்து பேசுடி கத்துறயில்ல."

"............."

"............."

"பேச மாட்டனா அம்மா வீட்டுக்கு போ. ஒழுங்கா சாப்புடுறதில்லனா இங்க இருக்காத கௌம்பு."

"............."

"............."

அடுத்த நாள் காலை அவள் கணினி பையை எடுத்துக்கொண்டு வீட்டின் முகப்பை தாண்டி வெளி வந்தாள். முன் பக்க கதவின் இடது பக்கம் நின்றிருந்த செம்பருத்தி செடிகளுக்கு உரம் வைத்து கொண்டிருந்த சிவா அவளை பார்த்தும் எதுவும் பேச முயலவில்லை. நவிராவின் மகிழுந்தின் பொறி கிறிச்சிட அவள் வண்டி வாசலை கடந்து மெதுவாக வலது புறம் திரும்பி மறைந்தது. அவள் கண் கசிந்திருப்பதை அவன் என்றுமே அறியப்போவதில்லை.

****

22.

நவிரா சிவாவை பிரிந்து அவர்கள் பழைய வீட்டில் சிவாவின் குடும்பத்துடன் தங்கி இரண்டு மாதங்கள் ஓடியிருந்தன. இரண்டு மாதங்கள் சென்ற பரிசோதனையிலும் சிவா மருத்துவமனைக்கு நவிராவுடன் செல்லவில்லை. நவிராவும் அவனை அழைக்கவில்லை. நவிராவின் இரத்தத்தில் சிவப்பணுக்கள் வெகுவாக குறைந்திருந்தன. அவள் மேலும் உற்சாகமற்று சோர்வாக காணப்பட்டாள். சிவா இரண்டு நாட்களுக்கு ஒரு முறையோ மூன்று நாட்களுக்கொரு முறையோ அவன் அம்மாவிடம் நவிராவை பற்றி விசாரிப்பான். இரண்டு வாரத்திற்கு ஒரு முறையோ மாதத்திற்கு ஒரு முறையோ நவிராவை அழைப்பான். இருவரும் பட்டும்படாமலும் பேசுவார்கள். ஆனால் ஏன் அந்த இரண்டு மாதத்தில் ஒரு முறை கூட சிவா நவிராவை சென்று பார்க்கவோ அல்லது பழைய வீட்டிற்கு திரும்பவோ நினைக்கவில்லை என அவனுக்கே தெரியவில்லை. நாட்கள் நகர்ந்தன. ஒரு வைகறைப் பொழுதில் சிவாவிற்கு தொடர் அழைப்புகள் வந்தன. ஆழ்ந்த உறக்கத்திலிருந்த அவன் முதல் அழைப்பை தவறவிட்டு இரண்டாவது அழைப்பின் முடிவில் பேசியை எடுத்தான்.

"எங்க டா இருக்க?"

"சொல்லு என்ன?"

"நவிராவுக்கு வலி வந்துச்சி கத்துனா. வந்து பாக்கறதுக்குள்ள மயங்கிட்டா. ஆஸ்பித்திரி போறோம். சீக்கரமா வா"

"சரி நீங்க பத்ரமா போங்க நா வந்துடுறேன்"

அவன் சில நொடிகள் படுக்கையில் இறகை வெட்டிய பட்டாம்பூச்சியை போல் கிடந்தான். பின் அங்குமிங்கும் வேகமாக நகர்ந்தான். சிறு பதட்டம் அவனை தொற்றிக்கொண்டது. ஏதோ ஒரு பெரிய தவறிழைத்தது போல் உணர்ந்தான். ஒரு மணி நேர பயணத்தில் அவன் மருத்துவமனையை அடைந்தான். நவிராவை மருத்துவர்கள் தீவிர சிகிச்சை அறையில் வைத்து கண்காணித்தனர்.

"என்ன ஆச்சி? நல்லா தான இருந்தா"

"தெரில விடிய காலைல என் கதவ தட்டுனா. வலி அதிகமாயிருக்குனு சொன்னா. பேசும் போதே மயக்கம் வந்துடுச்சி. அண்ணனு அப்பாவும் தான் தூக்கிட்டு வந்தாங்க."

"அண்ண எங்க?"

"டீ வாங்க போய்ருக்கான்."

"டாக்டர் என்ன சொன்னாங்க?"

"பயப்பட ஒன்னுமில்ல. காலைல பெரிய டாக்டரு வருவாருனு சொல்லிட்டாங்க. ப்லட் டெஸ்ட் எடுத்துருக்காங்க."

இரண்டு மணி நேரம் கழித்து நவிராவை தனி அறைக்கு மாற்றினார்கள். அவள் அரை மயக்கத்திலிருந்தாள். காலை ஒன்பது மணி அளவில் நவிராவை வாடிக்கையாக பரிசோதிக்கும் மருத்துவர் வந்து பார்த்தார். பின் வெளியில் வந்து சிவாவை தன் அறைக்கு அழைத்தார்.

"எப்படி இருக்கிங்க டாக்டர்?"

"நா எப்படி இருந்தா என்ன. உங்க பொண்டாட்டி எப்படி இருக்கா?"

"................."

"என்ன அமைதியா இருக்கிங்க?"

"................இல்ல சொல்லுங்க டாக்டர்"

"நீ குழந்தையா இருக்கும் போது உங்க அம்மா உன்ன தூக்கிட்டு வருவாங்க பா. இப்போ உனக்கே குழந்த பொறக்க போது.... டைரெக்டர் ஆய்ட்டா அமைதியா ஆய்டுவிங்களா."

"புரில டாக்டர். என்ன ஆச்சி நவிரா எப்படி இருக்கா?"

"நீங்க தான் சொல்லணு எப்படி இருக்காணு. நீங்க கடைசியா அவளோட செக் அப் வந்து எத்தன மாசம் ஆகுது. அவளுக்கு எத்தன மாசம்னு தெரியுமா?"

"எட்டு மாசம்."

"அவ வீட்டுல எப்படி இருந்தா. அவ உடம்பு மனசு எப்படி இருக்கு?"

"அவ நல்லாதா இருக்கா டாக்டர். எந்த பிரச்சனையுமில்ல."

"எந்த பிரச்சனையுமில்லையா. சரி சொல்லுங்க சிவா உங்களுக்கு நம்ம ஊர் உலகம் பத்தாயிரம் வருசத்துக்கு முன்ன எப்படி இருந்ததுனு தெரியுமில்ல. அப்பறம் பத்தாயிரம் வருசம் கழிச்சி எப்படி நம்ம பூமி

இருக்க போதுனு படிச்சி யூகிச்சி வச்சிருப்பிங்க. ராக்கெட் எவ்வளவு வேகமா போனா பூமிய விட்டு வெளிய போகும், அணுவோட அமைப்பு மாற்றம் அரசியல் மத தத்துவம் சித்தாந்தம் எல்லா தெரிஞ்சி வச்சிருப்பிங்கயில்ல. இன்னும் உங்களுக்கு நறைய விசியம் தெரிஞ்சிருக்கும்."

"என்ன சொல்ல வரிங்க எனக்கு புரியல. நேரடியா சொல்லிடுங்க"

"எல்லாதயு தெரிஞ்சி வச்சிருக்கிங்க. ஒரு பொண்ணு உடம்பு அதோட செயல்பாடு, அதோட தேவ, அவ கருவ சுமக்கும் போது அவ உடம்பும் மனசும் என்னென்ன போல மாறும் அவளோட வலியும் அன்பும் தெரியுமா. உங்க பொண்டாட்டிக்கு ரெம்ப நேரம் நிக்க உக்கார படுக்க முடியாம இருக்கலாம். அத நீங்க கவனிச்சிருக்கீங்களா. அவங்க தொடர்ந்து பேச முடியாம சிரமப்படுறத, ஒரு நேரம் சந்தோஷமா இருப்பாங்க அடுத்த நிமிஷம் சோகமா அப்பறம் கோவமா டக்குனு அமைதியா ஆகுறத கவனிச்சிருக்கீங்களா. இதலா இந்த பத்து மாசத்துல நடந்திருக்கும் உங்களுக்கு தெரியுமா. அத கவனிச்சிருக்கீங்களா?"

"டாக்டர் நீங்க கொற சொல்லனுனு சொல்லாதிங்க. ஒரு முடிவா பேசாதிங்க. எனக்கு எதுவு புரியாமயில்ல. நா அவள எவ்வளவு நேசிக்கிறனு உங்களுக்கு புரிய வைக்க முடியாது. இப்போ எதுக்கு இதலான் பேசிகிட்டு."

"சார். நீங்க நேசிக்கலனு யாரும் சொல்லல. ஆணா இருந்து நேசிக்கிறிங்க. ஒரு ஆணா அவ மேல அன்பு செலுத்துறிங்க அது யாருக்கு வேணு. ஆண்லந்து இறங்கி வாங்க சார். அவள அவ உணர்வோட பாருங்க. அவ தேவ என்னனு கேக்காதிங்க புரிஞ்சிக்கோங்க. இதலான் உங்க தப்புனு சொல்லல. நம்ம சமூகம் அப்படி தான். எல்லாரும் அப்படி தான். நீங்க கொஞ்சம் புரிஞ்சிக்க முயற்சி செய்யுங்க. நவிராக்கு ஒன்னு பயப்படுற மாதிரி இல்ல. அவ மன அழுத்தத்துல இருக்கா. உடம்புல சத்து ரொம்ப கம்மியா இருக்கு பாத்துக் கோங்க."

சிவா மருத்துவர் அறையிலிருந்து வெளி வந்தான். நவிராவை சென்று பார்த்தான். அவள் உறங்கிக் கொண்டிருந்தாள். மதியம் இரண்டு மணி

அளவில் மருத்துவர்கள் மீண்டும் ஒருமுறை பரிசோதித்துவிட்டு வீட்டிற்கு அழைத்து செல்லலாம் என்றனர்.

சிவா அறைக்குள் வந்தான். நவிராவின் கண்கள் அவனை நேராக சந்தித்தன. அவளை தான் அழைத்து செல்வதாக பார்த்துக்கொள்வதாக அவன் அம்மாவிடம் தெரிவித்தான். யாரும் எந்த எதிர்ப்பையும் காட்டவில்லை. சிவா நவிராவை அழைத்துக்கொண்டு புறப்பட்டான்.

****

அளவில் மருத்துவர்கள் மீண்டும் ஒருமுறை பரிசோதித்துவிட்டு வீட்டிற்கு அழைத்து செல்லலாம் என்றனர்.

சிவா அறைக்குள் வந்தான். நவிராவின் கண்கள் அவனை நேராக சந்தித்தன. அவளை தான் அழைத்து செல்வதாக பார்த்துக்கொள்வதாக அவன் அம்மாவிடம் தெரிவித்தான். யாரும் எந்த எதிர்ப்பையும் காட்டவில்லை. சிவா நவிராவை அழைத்துக்கொண்டு புறப்பட்டான்.

23.

"என்ன ஏழு வக சாப்பாடு தான் வக்கிறிங்க"

"பின்ன எத்தன வப்பாங்க"

"பதிமூனு, பதினஞ்சு வக வைக்கனும்"

"அப்போ பொண்ணுக்கு நூறு சவரன் போட்டுருக்கனும்."

"அட மாப்புளதான் நகையும் வேணா பணமும் வேணானு சொல்லிட்டாரு. ஒரு சடங்கும் தேவயில்லனு பொண்ண கூட்டியாந்தாரு."

"ஏ கெழவி அவன் கூட்டியாந்தானா உங்க வீட்டுல போடுறதில்லையா. இப்போ எங்க கூட தான இருக்காங்க. ரெண்டையு தண்ணி தெளிச்சா விட்டுட்டோம். இப்போ அவ நாத்தனார் காரி கேக்குறா பதினஞ்சி தட்டு வைக்கனும்னு."

"ஏ என்னத்த தேவயில்லாம பேச்ச வளத்துட்டு. பொண்ண வர சொல்லு நேரமாகுது. நலங்கு வைப்போம்."

"முதல பொண்ணு அம்மாகாரிய வைக்க சொல்லுங்க."

"மாப்புள எங்கையா ஆளயே காணோம்."

"வெளிய இருக்கான். வந்துடுவான்."

"விசேஷம் அப்போ வெளிய என்னயா வேல கெடக்குது."

"இதலான் அவன் வந்தா நேர்ல கேளு. அப்போ வாய பொத்திக்கிட்டு ஆமா போடுற...."

"............"

சாமந்தியாலும் ரோஜாவாலும் அந்த இருபதடிக்கு முப்பதடி கூடம் முழுதாக அலங்கரிக்கப்பட்டிருந்தது. கிழக்கு முகமாக இருந்த சன்னல்களின் ஊடாக மஞ்சள் நிற கதிர்கள் கூடத்தின் மத்தியில் வைத்திருந்த சதுரமான மூன்றடிக்கு மூன்றடி பித்தளை நீர் தொட்டியில் பட்டு மின்னின.

கூடத்தின் வடக்கு முகமாக தீட்டப்பட்டிருந்த அலங்கார பூ கோலத்தின் நடுவே மஞ்சள் குங்குமத்தால் மொழுகப்பட்டிருந்த நான்கடி உயரமான

பலகைக் கட்டையில் நவிரா வந்தமர்ந்தாள். மயில் தோகையால் போர்த்தப்பட்டது போல் காட்சியளித்த அவள் கண்களில் உயிர் இல்லை. அவள் மனம் எதையோ நினைத்து ஏங்குவதாக இருந்தது.

"பொண்ணு எங்க ஊரு இசக்கியம்மா மாதிரி லட்சனமா இருக்கு."

"கண்ணு வைக்காத கெழவி."

"ஏ யாருடி இவ.சாவப்போற என் கண்ணு படப்போதா. கிறுக்குமவளாட்டம் பேசுற."

"பொண்ணுக்கு எத்தன மாசம்."

"ஏழு மாசம்"

"மாப்புள வந்துட்டாரு பா"

நவிரா சிவாவை பிரிந்து வந்து ஒரு மாதம் சென்றிருந்த நிலையில் அவன் இடையில் அவளை வந்து பார்க்கவேயில்லை. அவளும் வீம்பாகவே இருந்தாள். வளைகாப்பிற்காக அவர்கள் குடும்பம் தடபுடலாக வேலைகளை இழுத்துப்போட்டு கொண்டு செய்தன. ஊரிலிருந்தும் கிராமங்களிலிருந்தும் அனைத்து உறவுகளும் வண்டிகட்டி வந்தனர். சீர்வரிசைகள் பலகார பொருட்கள் கூடத்தையே நிறைத்தன.

"எல்லாரு நலங்கு வச்சாச்சிப்பா"

"மாப்புள வைக்கல, அவர வைக்க சொல்லுங்க."

"எல்லாரும் கண்ணாடி வளைய தா போட்டாங்க, மாப்புள என்னத்த போடப்போறாரு."

சிவா அவள் வாயில் வெல்லமும் தேங்காய் பொட்டுக்கடலை கலந்த காப்பரிசியை சிறிதளவு கொடுத்தான். வெள்ளிக் கிண்ணத்திலிருந்த சந்தனத்தை எடுத்து அவள் கன்னத்தில் பூசினான். அவன் சட்டை பையிலிருந்த நான்கு தங்க வளையல்களை எடுத்து அவள் கைகளில் அணிவித்தான். அவள் ஒரு முறை கூட அவனை நிமிர்ந்து பார்க்கவில்லை. அவளுக்கு தங்கமோ வித வித உணவுப் பொருட்களோ மகிழ்வை தரப் போவதில்லை.

****

24.

அந்த சன்னல் ஊடாக குளிர்ந்த வாடை காற்று மெல்லிய ராகத்தை இசைத்துக்கொண்டே அவர்கள் அறையை எட்டிப்பார்த்தபடி இருந்தது. படுக்கையில் நவிரா இடது புறமாக திரும்பி படுத்திருந்தாள். அவள் மூச்சுக்காற்று குறைந்த இடைவெளியில் வேகமாக வெளிவந்து கொண்டிருந்தது. சிவா அவள் எதிரில் சாய்வு நாற்காலியில் அமர்ந்திருந்தான். அவளை கண் கொட்டாமல் பார்த்தான். நேரம் உறைந்து நின்று நிதானமாக ஊர்ந்து நகர்வதாக அவனுக்குப்பட்டது. நவிரா சிவாவிடம் எப்போதும் தவறாமல் இதை கேட்டுக்கொண்டே இருப்பாள்.

"சரி சொல்லுங்க நா எப்படி உங்களுக்கு?"

"நீயா. என்ன திடீர்ணு... நீ தான் எல்லாமே."

"ச்ச என்ன எல்லாமே, வேற எதாவது சொல்லுங்க."

"வேற என்ன சொல்ல.......ம்ம்........ புதையலத் தேடி புதையல்காரன் போவான்யில்ல"

"ம்ம்...."

"அந்த புதையல்காரனுக்கு திசைக்காட்டும் வரைபடம் நீதான்."

"ஓ...!"

"என்ன ஓ. ?"

"சரி சொல்லுங்க புதையல் கெடச்சுதா?"

"ம்ம்... அதலான் சொல்ல முடியாது ரகசியம்."

அவள் கண்கள் மெல்ல திறந்தன. சிவாவை நேராக பார்த்தாள். ஆனால் இருவரும் எதுவும் பேசிக்கொள்ளவில்லை. மீண்டும் கண்களை மூடிக்கொண்டாள். அவள் கண்களை சுற்றி கருவளையங்கள் ஓடின. அவள் முகம் மஞ்சள் பூத்து வாடியிருந்தது. அவன் எழுந்து அவள் பின்புறமாக சென்று அவளை அணைத்துக் கொண்டான். யாரும் எதுவும் பேசவில்லை. குளிரிந்த அறையில் சூடேறிய அவனின் மூச்சுக்காற்றை அவள் தேடுவதாகப்பட்டது. மெல்லிய குரலில் அவள் கேட்டாள்.

"சரி சொல்லுங்க நா யார் உங்களுக்கு?"

"ம்ம்... நீயா புதையல தேடி புதையல்காரன் போவான்ல"

"ம்ம்."

"அந்த புதையல்காரனுக்கு திசைக்காட்டும் வரைபடம் நீதான்."

"புதையல் கெடச்சுதா."

"அதலான் ரகசியம்."

****

25.

சந்திரா: "என்ன மச்சி இவ்வளவு மொக்கையா இருக்கு. பாத்தா மூடே வரமாட்டேனுது."

சிவா: "ஏய் இது உடம்புக்குள்ள இருக்குற படம் டா. வேணா உன் ஆளு ஃபோட்டோ வச்சா நல்லா இருக்கும்."

சந்திரா: "டேய்..."

"Silence.... today we are going to see about human reproductive system."

சிவா: "என்னடா இன்னைக்கு ஆயா இங்கிலீஷ்ல பேசுது."

சந்திரா: "ச்சி. ஒன்னு புரியல கம்முனு படத்த பாரு டா."

"This is the male reproductive organ and This is the female reproductive organ. Male organ contains seminal vesicle, prostate gland, testis and penis. Female organ contains uterus floppian tube, ovary and vagina. Male organ produces semen. Female organ produces egg. When male organ goes into female organ Semen enters into feloppian tube and reaches egg and embriyo forms. After the formation of embriyo and during the period of ten months it develops into baby and gives delivery. "

சிவா: "அவ்ளோ தானா மச்சி?"

சந்திரா: "அவ்ளோ தான் மச்சி சப்ப மேட்டரு. ஒரே குத்துதா குழந்த அசால்ட்டா வந்துடும். அதான் மச்சி பாத்து பண்ணணு. ஒரு சொட்டு உள்ள போச்சினாலு பிரச்சனதா."

"Silence.... any doubts.... Ok next we are going to see about...."

****

26.

வெதுவெதுப்பான நீர் தூரலாக அந்த குழாயின் வழியாக அவள் நிர்வாண உடலில் பட்டு குதித்தோடியது. அவனின் விரல்கள் அவளின் புடைத்து வெளித்தள்ளியிருந்த பானை வயிற்றில் எறும்பாக ஊர்ந்தன. அவன் உதட்டால் மெல்ல அதில் முத்தத்தை பதித்தான். பின் அவனின் இமை மயிர்களால் இலகுவாக வருடினான். அவன் வலது பக்க காதை கொண்டு அவள் வயிற்றின் உள் நடக்கும் அதிசயத்தை உணர முயன்றான்.

"என்ன பண்ணுறிங்க?"

"ம்ம் சும்மா."

"என்ன கேக்குது."

"ஒரே அமைதி...."

உருண்டோடும் நீர் அவள் வயிற்றையும் அவன் முகத்தையும் சேர்த்து இறுக அணைத்துப்பிடித்தது. அவனால் அவள் உடலில் இருக்கும் சிறு மச்சத்தை கூட சரியாக சொல்லிவிட முடியும். ஆனால் இன்று தான் அவள் வயிற்றில் ஏற்பட்டிருக்கும் வரி தழும்புகளை கவனிக்கிறான். அவர்கள் குழந்தை தீட்டிய முதல் ஓவியம் அது தான். அவன் குற்ற உணர்வில் வாடினான். அவனின் அகந்தை வழிந்தோடும் நீரில் அடித்துக்கொண்டு செல்வதாகப்பட்டது.

அவளின் உடல் பல நூறு காம நிகழ்வுகளை மட்டும் செயல்முறை செய்து பார்க்கும் பொம்மையில்லை என தனக்குள் கூறிக்கொண்டான் வெட்கிப் போனான். குழாயின் தூரல் நின்றது. அவன் எழுந்து அவள் கழுத்தில் சாய்ந்தான்.

"நா ரொம்ப மோசமா நடந்துருக்கன். எப்பவுமே இப்படி தான் இருந்துருக்கன். ஆண் திமிரோட உன்ன காயப்படுத்தியிருக்கன். இனிமே மாற, புரிஞ்சிக்க முயற்சி பண்ணுற. என்ன மன்னிச்சிடு."

****

27.

"சார் இன்னைக்கு ப்ரோடியூசர பாக்க வரிங்களா?"

"சாயங்காலம் தான் வர முடியும் காலைல வேற வேல இருக்கு"

"சார் ப்ரோடியூசர் சொல்லுற அப்போ வந்திங்கனா நல்லாயிருக்கும். நம்ம நேரம் சொல்ல முடியாதில்ல."

"சார் காலைல முக்கியமா நா போய் ஆகனும். சாயங்காலம் முடிஞ்சா சொல்லுங்க இல்ல அப்பறம் பாத்துக்கலாம்."

அன்று அவர்கள் ஒன்பதாவது மாதத்திற்கான பரிசோதனைக்கு கிளம்பினார்கள். நவிரா உடை மாற்றிவிட்டு அறையிலிருந்து வெளியே வந்தாள். பெரிய சிரிப்புடன் மகிழுந்தில் ஏறி அமர்ந்தாள். அவள் கன்னம் பூசப்பட்டிருப்பதாக எடை கூடியிருப்பதாக தோன்றிற்று.

****

குளிரூட்டப்பட்ட அறையில் 'கீன் கீன்' என்ற சத்தம் சீரான இடைவெளியில் எழும்ப வயிற்றுக்குள்ளிருக்கும் அவர்கள் குழந்தை நகர்வது கணினித்திரையில் தெரிந்தது.

"பாத்திங்களா தெரியுதா குழந்த தல கீழ் பக்கமா எறங்கிடிச்சி. தண்ணிலா சரியா இருக்கு. எப்படியு இன்னம் மூனு வாரம் தான் இருக்கும். மூனு நாள் முன்ன பின்ன ஆகலாம். இருவத்தி நாலாந்தேதி வந்துடுங்க. முடிஞ்ச வர சுக பிரசவத்துக்கு முயற்சி பண்ணுவோம்."

அவர்கள் பரிசோதனை அறையை விட்டு வெளிவந்தார்கள். தலைமை மருத்துவர் வழக்கமான சத்து மாத்திரைகளை எழுதிக் கொடுத்தார்.

"குழந்த நல்லா ஆரோகியமா இருக்கு. தைரியமா இருங்க. மகிழ்ச்சியா இருங்க. அடுத்த வாரம் வந்து பாருங்க."

அவள் முகம் வெட்கத்தால் சிவந்தது. சிவாவும் மருத்துவரும் எதுவும் பேசிக்கொள்ளவில்லை ஒருவரை ஒருவர் பார்த்துக் கொண்டனர். அவன் லேசாக தலை அசைத்தான். மருத்துவர் சிறு புன்னகையை வெளிப்படுத்தினார். இருவரும் மீண்டும் மகிழுந்தில் ஏறினர். அவர்கள் வீட்டை அடைந்தனர்.

"பாத்ரூம் போல? சீக்கரமா வந்துட்ட, பாத்ரூம் கதவ சாத்திட்டு வா. விடு நா சாத்திக்குற. நீ படு"

"இல்ல அப்பறமா போய்க்கலாம். பாத்ரூம் போனாலே ஏதோ குழந்த வந்து கீழ விழுற போலயே இருக்கு. பயமாயிருக்கு."

"அதலான் ஒன்னு ஆகாது. சரி அம்மாவும் அப்பாவும் நாளைக்கு வந்துடுவாங்க, ஃபோன் பண்ணாங்க."

"அவங்கள எதுக்கு தொந்தரவு பண்ணனு அடுத்த வாரம் நம்மளே அங்க போக தான போறோம்."

"அவங்களே வர வரனு சொல்லுறாங்க. சரினு சொல்லிட்ட. சரி தூக்கம் வரலையா. தூங்கு நேர ஆகுதில்ல."

"தூக்கம் வரலையே. என்ன பண்ணுறது. கால் திரும்ப வீங்கியிருக்கு"

"வலி இருக்கா?"

"பாத்துக்கலாம். சரி ஒரு கத சொல்லுங்க."

"என்ன கத"

"எதாவது கத."

"எதாவது கத... சரி பன்னெண்டாயிரம் வருஷத்து கதைய சொல்லட்டா அப்போ நீ இருந்த ஊருக்கும் பக்கத்து ஊருக்கும் பெரிய போரே நடக்க போறதா இருந்துச்சி."

"ஓ பன்னெண்டாயிரம் வருஷத்துக்கு முன்னவா நானா. எனக்கு சரியா ஞாபகம் இல்லையே."

"என்ன பண்ண. நீ எவ்வளவு பெரிய ஆளு, உங்க கிரகத்த உங்க மக்கள எல்லாத்தையும் மறந்துட்ட"

"எங்க கிரகமா அப்போ பூமி?"

"உனக்கு முழுசா சொன்னாலாவது ஞாபகம் வருதானு பாக்கலாம்."

"சரி சொல்லுங்க"

"ம்ம். போர்வக்குள்ள வா. கிட்டக்க"

"ச்சி முழுசா மூடிட்டா எப்படி மூச்சி விடுறது."

"எல்லம் விடலாம் பக்கத்துல வந்தாதான் கதைக்கான மூடே வரும். இன்னம் பக்கத்துல வா."

"சரி சொல்லுங்க."

"பல லட்சம் ஆண்டுக்கு முன்ன அண்டத்தோட ஏதோ ஒரு மூலையில ஒரு தீய சக்தி பிறந்துச்சு. பிறந்த வேகத்துலயே அது அண்டம் முழுக்க பரவி அங்க வாழுற உயிரினங்கள அழிக்க தொடங்கிச்சி. பல நூறு கிரகத்தின்னு தீத்துச்சி. அண்டத்த பாதுகாக்குற நம்ம முன்னோர்களால என்ன பண்ணியும் அந்த தீய சக்திய கட்டுப்படுத்த முடியல. பெரிய போராட்டத்துக்கு அப்பறமா இந்த பேரண்டத்துல வாழுற உயிரினங்களுக்கு இடையுல நடக்குற தீய உணர்வால தான் அந்த தீய சக்திக்கு ஆற்றலே கிடைக்குதுனு கண்டு பிடிச்சாங்க. அந்த தீய சக்தி அவங்களோட தீய உணர்வ தூண்டி அதுலந்து சக்திய எடுத்துகிட்டு அப்பறம் அவங்களையே அழிச்சிடும். இத உணர்ந்த நம்ம முன்னோர்கள் எல்லா மக்கள்கிட்டையு உயிரினங்கள்கிட்டையு பேசுனாங்க. நம்ம எல்லா சேந்தாதா அத தீயசக்திய கட்டுப்படுத்த முடியும்னு சொன்னாங்க. மக்கள் எல்லாரையும் நல்ல உணர்வோட இருக்க சொன்னாங்க. அது படி எல்லாரும் செயல்பட்டாங்க. காலப்போக்குல அந்த தீய சக்திய அடக்குனாங்க. பேரண்டம் அமைதியாச்சி. பல யுகம் உருண்டுபோச்சி. ஆனா திரும்ப அந்த தீய சக்தி எழும்பிருச்சி பல கிரகத்த தின்னுகிட்டிருக்கு சீக்கரம் அது எல்லா உலகத்துக்கும் போய்டும்னு செய்தி வந்துது. அப்பறம் அண்டத்துல இருக்குற தலைமை அதிகாரிலான் அவசர கூட்டம் போட்டாங்க. அண்டத்தோட எல்லா மூலைக்கும் ஆள் அனுப்புறதா முடிவு பண்ணாங்க. எங்காவது உயிரினங்கள் மக்கள் வன்மமான தீய உணர்வோட இருக்காங்களானு தேடனும். அப்படி இருந்தா உடனே அவங்கள மாத்தனும் இல்ல இந்த அண்டமே அழிஞ்சிரும்னு நனச்சாங்க. பல குழுக்கள் பல திசையுல கிளம்புச்சி. உங்க தலைமைல ஒரு குழுவ அனுப்ப முடிவு செஞ்சாங்க. உங்க கிரகம் பூமிலந்து ஆயிரத்தி இருநூறு ஒளி ஆண்டு தூரத்துல இருந்துச்சி. உங்களையும் உங்க குழுவையும் பூமிய நோக்கி அனுப்புனாங்க.

ஆனா பூமில எறங்குனோனே தான் தெரிஞ்சிது. அந்த தீய சக்தி உங்களுக்கு முன்னாடியே இந்த கிரகத்துக்குள்ள வந்துடிச்சினு. அது இந்த மக்கள் அணுக்குள்ள ஆசையா வெறியா அகங்காரமா வன்மமா புகுந்துருச்சினு தெரிஞ்சிது. வேகமா அவங்கள அழிச்சிகிட்டிருக்கு

சீக்கிரமா பூமியையு அழிக்க முடிவு பண்ணிருக்குனு தெரிஞ்சிது. உங்க நவீன தொழில்நுட்பத்தால நீங்க எல்லாரும் மனுசங்க போல உருமாறனிங்க. உங்க கூட வந்த மூணு பேரையும் பூமியோட வேற வேற திசைக்கு அனுப்பிச்சிங்க. மக்களுக்கு புரிய வைக்க சொன்னீங்க. நீங்க போன பகுதிலே பெரிய போரே நடக்க இருந்துச்சி. நீங்க அத தடுக்க முயற்சி பண்ணிங்க. ஆனா முடியுல வேற வழியில்லாம கடலையே சுனாமியா மாத்தி அந்த போர நிறுத்துனிங்க அவங்க நிலத்த கடலுக்குள்ள கொண்டு போனிங்க. பனி காலத்த உருவாக்குனிங்க. உலகம் முழுக்க பயணம் பண்ணிங்க மக்கள் மனச மாத்த முயற்சி செஞ்சிங்க. நல்ல சிந்தனய கொடுத்திங்க. எப்போலா அவன் கட்டுக்கடங்காம போறானோ அப்போலான் பூமிய காப்பாத்த அதோட ஒரு பகுதிய அந்த பகுதி மக்கள அழிச்சிங்க. எரிகல்லாவும் எரிமலையாவும் கடற்கோளாவும் பஞ்சமாவும் நோயாவும் வந்திங்க. எல்லா காலத்துலையும் மக்கள் உங்கள பல பேரால கூப்டாங்க. சிலர் உங்கள கடவுள்னு சொன்னாங்க சிலர் உங்கள சாத்தான்னு சொன்னாங்க. சிலர் தூதுவன்னு, வழிகாட்டினு, அறிஞன்னு, தலைவன்னு சொன்னாங்க. காலம் பறந்தாலும் எந்த காலத்துலையும் மனுச முழுசா மாறல. அவன் பெரும்பான்மைல தீய உணர்வோடயே இருந்தான். ஆனா நீங்களு தளராம மீண்டு மீண்டு வந்திங்க. இந்த முயற்சில உங்கள நீங்களே தொலச்சிட்டிங்க. உங்க கிரகத்த மக்கள மறந்துட்டிங்க. பழச மறந்துட்டிங்க. ஆனா எவ்வளவு பேர் தீய உணர்வோட இருந்தாலு அந்த தீய சக்தியால பூமிய முழுசா புடிக்க அழிக்க முடியல.

உங்களோட விடா முயற்சி அவங்களுக்குள்ள சில நல்ல உணர்வையும் வெதச்சிருந்துச்சி. வாழ்க்கைக்கான பயணத்துக்கான நம்பிக்கையையும் கொடுத்துருந்துச்சி. அந்த நம்பிக்க பூமிய அரணா பாதுகாக்குது. அந்த நம்பிக்க பிணைப்பையும் அன்பையும் உண்டாக்குது. அவங்க எல்லார் உள்ளயு நீங்க இருந்திங்க.

ஏ என்ன அமைதியா இருக்க?"

தாய் கோழியின் சிறகுக்குள் எந்த சலனமுமின்றி உறங்கி கொண்டிருக்கும் அதன் குஞ்சிகளை போல அவளும் உறங்கிக் கொண்டிருந்தாள். அவன் எந்த அசைவையும் நிகழ்த்தாமல் அவளை

அணைத்தபடி படுத்தான். அவன் எண்ணங்கள் அங்குமிங்கும் குதித்தன. பின் அவனும் மெதுவாக நித்திரையில் ஆழ்ந்துபோனான்.

****

"சரி சொல்லுங்க. இப்போ நா இங்க இருக்க. என்னோட வந்த மீதி மூனு பேர் எங்க?"

"நீ தூங்கிட்டனு நனச்ச. எல்லாத்தையு கேட்டியா"

"ம்ம்"

"அதோ அங்க பாரு"

"எங்க"

"அங்க அந்த மாட்டுக்காரன் வரான்ல"

"ஆமா"

"அவன்தான் இன்னொருத்தன்"

"ஏது மாட்டுக்காரனா."

"ஆமா பாவம் அவனு பழசலான் மறந்துட்டான் இப்போ மாடு மேய்க்கிறான்"

"சரி மீதி ரெண்டு பேர்?"

"அதா அவன் கைல புடிச்சிட்டு போறானே ரெண்டு மாடு அதான் அந்த ரெண்டு பேரு. அதுங்கலும் பழச மறந்துடிச்சிங்க பாவம்."

"போயா யோவ். சரி சொல்லுங்க நேத்தி காலைல ஏதோ ஒரு இங்கிலீஷ் படம் பாத்திங்களே அது பேரு என்ன?"

"அத ஏன்டி இப்போ இழுக்குற. ஒலகத்த ஒழுங்கா காப்பாத்துடினா..."

அதிகாலையில் கொட்டிய மழை விட்டுச்சென்ற சாரல் சீரான இடைவெளியில் அவர்கள் மேல் மல்லியாக கொட்டியது. அவர்களின் பேச்சிகளையும் சிரிப்பொலிகளையும் சிவந்த முகங்களில் வழிந்தோடும் வெட்கத்தையும் முகில்களுக்கு பின் ஒளிந்து பார்த்த படியே நின்றாள் எல்லோன். தென்னந்தோப்புகளை கடந்து செல்லும் பாதையின் குறுக்கே இருந்த சிறு குளத்தை தாமரை இலைகள் கவசமாக

மூடியிருந்தன. குளத்தின் நீருக்கு வேறு யாருமே போட்டியிடக் கூடாது என்பது போலவே இருந்தது அதன் செயல். இலைகளுக்கு மேல் ஆங்காங்கே நின்றிருந்த நாரைகளும் மும்முரமாக அதன் உணவைத் தேடிக்கொண்டிருந்தன. தாமரை இதழ்க்கு மகுடமாக நின்று கொண்டிருந்த ஒற்றை குயில் நேற்று இரவு தன் இணையுடன் நடந்த சல்லாபத்தை ஆவேசமாக பாடுவதாகப்பட்டது. அவள் குளக்கரையின் மேட்டில் அதன் நீர் அவள் பாதத்தை வருடும் படியாக அமர்ந்தாள். பெரிதாக இருவரும் எதுவும் பேசுவதாக தெரியவில்லை. அவன் அவள் கையை இறுக்கமாக அணைத்திருந்தான். அதுவே அவர்களுக்கு போதுமானதாக இருந்தது. அவள் எப்போதும் இல்லாத அளவில் ஒளிர்வதாக தெரிந்தது. மொத்த புவியின் அழகையும் அதன் எண்ணிலடங்கா வண்ணங்களையும் வாரி தன் மேல் பூசியவளாக இருந்தாள்.

"ப்ரோடியூசர் மீட்ட தள்ளிப் போடாதிங்க. போய்ட்டு வாங்க"

"துபாய் கூப்புடுறாங்க. கொழந்த பொறந்தோனே போலாம்னு பாக்குறன். இன்னும் ரெண்டு வாரந்தான இருக்கு"

"ச்சி. ரெண்டு வாரத்துக்கு மேல ஆகும். நீங்க போய்ட்டே வந்துடலாம்."

"சரி பாக்கலாம்."

****

பின் கதை

அந்த வார இறுதியில் சிவா தயாரிப்பாளர் சந்திப்பிற்காக துபாய் செல்ல வானூர்தி நிலையம் அடைந்தான். அவன் மனம் நவிராவை சுற்றியே இருந்தது. இயல்பை காட்டிலும் ஏனோ பரபரப்பாகவே இருந்தான். பரிசோதனை அறையை கடந்து உள்ளே சென்றவன் விமானம் ஏறுவதற்கான காத்திருப்போர் கூடத்தில் அமர்ந்தான்.

கதவை திறப்பதற்கான அழைப்பு மணி "டிங் டிங்" என எழும்பியது.

"என்னடா ஊருக்கு போறனு சொன்ன. ஃப்ளைட்ட உட்டுட்டியா."

"போல மா.... குடிக்க தண்ணி எடுத்துட்டு வா...."

சிவா அவன் அம்மாவுடன் பேசிக்கொண்டே உள் செல்ல வலது பக்க அறை கதவை திறந்து கொண்டு நவிரா வந்தாள்.

சிவாவின் மனதில் ஆழமாக பதிந்த நம் தலைவியை முதல் முறையாக நேரில் பார்த்ததில் நான் கோடிக்கணக்கான உடுக்கள் ஒரு சேர வெடித்து வெளித்தள்ளும் மொத்த வெளிச்சத்தையும் மகிழ்வாக என்னுள் உணர்கிறேன். நான் அவர்களுக்கிடையே புகாமல் அவர்களுக்குள் நடக்கும் பரிமாற்றங்களை சாட்சியாக பார்க்க விரும்புகிறேன். அவர்களின் மௌனம் ஒருவரையொருவர் தின்று கொண்டிருந்தது. அவளின் மனமோ ஆழ்கடலுக்குள் வெடிக்கும் எரிமலையாய் வெளி உலகிற்கோ எதுவும் தெரியாத பிறந்த சிசுவின் பாதத்தின் மென்மையாக நிற்கிறாள்.

சிவா அவர்கள் அறைக்குள் சென்றான்.

"யான் போல."

"இது வரைக்கும் நா எதுக்குமே உன் கூட இருந்ததில்ல நவிரா. செக்ஸ தவர உனக்கு எதையுமே நா கொடுத்ததில்ல. நீ எங்கிட்ட இருந்து என்ன எதிர்பாக்குறனு கூட நா யோசிச்சதில்ல."

அவள் அவனை அதற்கு மேல் பேச விடவில்லை. அவள் உதட்டால் அவன் நெற்றியிலும் கண்ணிலும் முத்தத்தை பதித்தாள். இதுவரை அவர்களுக்குள் நடந்த எண்ணற்ற புணர்ச்சிகளின் முழு அர்த்தமாக அவள் கொடுத்த அந்த முத்தங்கள் இருந்தன.

அவளுக்கான அவனின் இருப்பைக் காட்டிலும் அவள் வேறு எதையும் அவனிடமிருந்து எதிர்பார்த்ததில்லை. கர்ப்பகாலத்தில் அவனின் இருப்பு மட்டுமே அன்பு, அவனின் இருப்பு மட்டுமே காதல், அவனின் இருப்பு மட்டுமே அவளின் நம்பிக்கை பாதுகாப்பு, அவனின் இருப்பு மட்டுமே அவர்களுக்கான அர்த்தம்.

அன்று அவர்களின் கண் கசிந்தது. அவர்கள் சிரித்தனர். அவள் அவன் மேல் நீரைக் கொட்டினாள். அவன் அவளை வாரித்தூக்கி சுற்றினான். அந்த இரவு முடிவில்லாமல் நீண்டு கொண்டே சென்றது. அவர்களின் அந்த இரவின் புணர்ச்சி பல பல காலங்கள் பாடல்களாக பாடப்படும். அவர்களின் அந்த இரவின் புணர்ச்சி வெளியின் ஏதோ ஓர் மூலையில் உயிர் சூழலை உண்டு செய்யக்கூடும்.

****

இரவு ஒன்பது மணி அளவில் அவள் முதல் வலியை கண்டாள். அவளின் பனிக்குடம் உடைந்ததற்கான அறிகுறிகள் தென்பட்டன. பிறப்புறுப்பின் வழியாக நீர் கசிந்தது. சிவாவும் அவனது பெற்றோர்களும் நவிராவை மருத்துவமனைக்கு கூட்டிச்சென்றனர்.

"இல்ல இப்போ பரவால்ல. வலி இல்ல. பொறுமையாவே போங்க."

மருத்துவமனையில் நவிரா அனுமதிக்கப்பட்டாள். மருத்துவர்கள் அவளை சோதனை செய்தனர்.

"கொழந்த பொறக்றதுக்கான அறிகுறி தான். பயப்பட வேணா. பனிக்கொடம் இன்னம் ஓடையல. படுத்தேயிருக்காதிங்க நடங்க தண்ணி நறைய குடிங்க. வலி வந்தா கூப்புடுங்க."

செய்தி கேள்விப்பட்டு சிவாவின் உறவுகளும் நண்பர்களும் மருத்துவமனை வந்தடைந்தனர். நவிராவின் வீட்டிலிருந்தும் வந்து கொண்டிருந்தனர். அவள் அனுமதிக்கப்பட்ட அறையின் தளம் பரபரப்பாகியது. சிவாவின் அண்ணன் குழந்தைகள் அங்குமிங்கும் ஓடினார்கள். சிரிப்பொலிகள் மெதுவாக மேலெழும்பின.

நவிரா அவள் அறையிலிருந்து வெளியே வந்தாள். தளத்தில் நடக்கத் தொடங்கினாள்.

"ஏ என்னடி ஊர் சுத்துற"

அதை கேட்டுவிட்டு அனைவரும் சிரித்தனர்.

"ஏய் வாய முடுங்கடி இப்போவே யாருடி உங்கள வர சொன்னது. சிவா எங்க?"

"அவன் டாக்டர பாக்க போயிருக்கான்."

"சரி சரி ஒன்னுமில்ல டாக்டர் தான் நடக்க சொன்னாங்க. நா பாத்துக்குறேன்."

"என்ன சித்தி இவ்வளவு வேகமா நடக்குற. கொழந்த வெளிய வந்து உழுந்துடாதா?"

"டேய் கத்தாத கம்முனு வாடா"

"என்ன அத்த கொழந்த பொறக்க போதுனா டீவில எல்லா கத்துவாங்க. நீ ஜாலியா போற. நா வேணா வயித்துல ஓங்கி ஒரு குத்து விடட்டா."

"டேய் வாய முடுங்கடா. உங்கள யார் டா ஏன் கூட வர சொன்னது. போங்க டா டாக்டர் பாத்தா கத்துவாங்க. சரி யாராவது போய் குடிக்க தண்ணி எடுத்துட்டு வாங்க."

அவள் தளத்தின் ஒரு முனைக்கும் இன்னொரு முனைக்கும் நடந்த படி இருந்தாள். சிவா மருத்துவரை பார்த்துவிட்டு திரும்பினான்.

"ஏ என்னடி வெளிய சுத்திகிட்டு இருக்க. இந்நேரம் ஆ ஊனு கத்துவனு பாத்தேன்."

"யோவ். கூடயே இருயா. எனக்கு ஒன்னு வலியில்ல. மேட்டர் பண்ணா ஒனக்கு கத்தனு கொழந்த பொறந்தா கத்தனு. எல்லாத்துக்கும் ஆ ஊ தான்"

"ஏ அப்படி தான்டி எங்களுக்கு சொல்லி குடுத்தாங்க"

" ம்ம்... சொல்லிக்குடுப்பாங்க சொல்லிக்குடுப்பாங்க. சரி ஒன்னு கேக்குறன் சொல்லுங்க."

"என்ன"

"புதையல்காரனுக்கு புதையல் கெடச்சுதா."

"ஏ அதான் ரகசியம்னு சொல்லிட்டயில்ல அப்பறம் என்ன"

"அப்போ சொல்ல மாட்டிங்க"

"அத்த.... இந்தா தண்ணி"

"நவிரா இப்போ எப்படி இருக்கிங்க"

"ஆ பரவால டாக்டர். நடக்க சொன்னாங்க"

"ஆமா. மெதுவா கொஞ்ச நேரம் நடங்க. வலி வந்தவுடனே பாக்கலாம். என்ன அதலா உங்க வீட்டு கூட்டமா. அமைதியா இருக்க சொல்லுங்க. எப்படியும் காலைலக்குள்ள பிரசவமாய்டும்."

இரண்டு மணி நேரம் கடந்திருந்தன. அவள் படுக்கையில் அமைதியாக படுத்திருந்தாள். நவிராவின் உறவினர்களும் அங்கு வந்து சேர்ந்தனர். அவளின் அறை திரைப்பட கொட்டகை போல் "கல கல" வென இருந்தது. செவிலியர்களும் வந்து வந்து பார்த்துவிட்டு ஒன்றும் சொல்ல முடியாமல் அமைதியாக இருக்கும் படி கூறி விட்டு சென்றுவிட்டனர்.

"ஏய் உனக்கு தம்பி பொறக்க போறா, தம்பி பொறக்க போறா. தம்பி எங்க இருக்காணு தெரியுமா."

"ம்ம் வயித்துக்குள்ள"

"ஐய்யோ எல்லாமே தெரியுது இவளுக்கு. பெரிய பொண்ணாய்ட்டா"

"அத்த வயித்துல நா குத்தி பாக்கட்டா"

"டேய் என்னடா அது பந்தா. ஓத வாங்க போற நீ."

அதை கேட்டவுடன் "கலகல"வென சத்தம் எழும்ப...

"Shit. What is this mockery. என்ன இவ்வளவு கூட்டம் உள்ள. எல்லா வெளிய போ. வெளிய போ. Out."

"Siva what are you doing. அறிவில்லாம நர்ஸ்லான் என்ன பண்ணுறிங்க."

தலைமை மருத்துவர் வந்து சத்தம் போட அனைவரும் "தட தட" வென வெளியேறினர்.

வெளியில் சென்ற கூட்டம் "கப்சிப்" என அமைதி காத்தது. பின் மருத்துவர் நவிராவை சோதித்து கொண்டிருக்கும் வேளையில் வெளியே "கிசுகிசு" வென பேச்சு சத்தம் கிளம்பியது. செவிலிகளிடம் மருத்துவர் விடியற்காலை ஐந்து ஆறு மணிக்கு நடக்கலாம் என கூறிக்கொண்டே வெளியே சென்றனர்.

"நான்செ ன்ஸ் என்ன நோய் நோய்னு. என்ன இங்க திருவிழாவா நடக்குது. மத்த பேஷன்ட்லா இல்ல."

அவர் பேச பேச கூட்டம் கல்லாக உறைந்தது. யாரும் மருத்துவரை நேராக பார்க்கவில்லை. அவர் கூட்டத்தை கடந்து சில அடிகள் சென்றவுடன் சிரிப்பொலிகள் மீண்டும் லேசாக எழுந்தன.

"கம்போன்டர் எங்க பெருசு சிறுசுனு எல்லா சிரிக்குதுங்க. ரெண்டு நிமிஷத்துல எல்லா காலி ஆகியிருக்கனும் யூஸ்லஸ்"

ஊழியர்கள் வந்து கூட்டத்தை வெளியேற சொன்னார்கள். சிறுவர்கள் "ஆன்..." என கத்தி கூச்சலெழுப்ப பெரியவர்கள் அவர்களை வாரி இழுத்தபடி வரவேற்பறைக்கு சென்றனர். தளம் நிசப்தமானது. மீண்டும் ஒரு மணி நேரத்தில் ஒவ்வொருவராக நவிராவை பார்க்கும் சாக்கில் தளத்திற்கு வந்தனர். கூட்டம் சேர்ந்தது. மீண்டும் "கலகல" வென தளம் அதிர்ந்தது.

"என்னடி இன்னம் வலி வரல"

"ஏன்டி இப்போ ஆ ஊனு கத்தனுமா. கம்முனு இடுப்ப அமுக்கேன்டி."

"சரி சரி கோவப்படாத இடுப்ப மேல தூக்கு. இப்போ மெதுவா கீழ கொண்டு போ. திரும்ப மேல கொண்டு வா."

"இது தான் டாகி பொசிஷன்" என சுற்றத்தை கவனிக்காமல் கழிவறையிலிருந்து வெளிவந்த சிவா சிரித்தபடி கூறினான். அதை கேட்டு செவிலியும் நவிராவின் தோழியும் தங்களுக்குள் சிரித்துக்கொண்டனர்.

"ஏங்க பசங்களான் இருக்காங்க. எப்போ பாத்தாலு அதே நனப்பு தான்"

"ஏய் நா என்னடி சொன்ன"

"சித்தி நா பேட்டி எடுக்குற. கேமராவ பாரு. உன்னோட பேர் என்ன"

"டேய் யாருடா இவனுங்க நேரம் காலம் தெரியாம டாக்டர் வந்தா கத்த போறாங்க..."

"எதுக்கு டென்ஷன் ஆகுற. இப்போ அமைதியா இருக்கணு மூச்ச இழுத்து வுடு. ஒழுங்கா சொல்லுற எக்சசைஸ பண்ணு. கேக்குற கேள்விக்கு மட்டு பதில் சொல்லு சித்தி."

மூன்று மணி நேரம் கடந்தன. மருத்துவர்கள் வலி வருவதற்கான மருந்தை நவிராவின் பிறப்புறுப்பில் செலுத்தினர். அரை மணி நேரத்தில் அவள் வலியை உணர தொடங்கினாள். வேகமாக பிரசவ அறைக்கு மாற்றப்பட்டாள்.

"முடிஞ்ச வர சுகப்பிரசவத்துக்கு தான் முயற்சி பண்ணுவோம்" என கூறிக்கொண்டே வழக்கமான தாளில் சிவாவிடம் செவிலி கையெழுத்திட சொன்னாள். சிவா அவளுடன் பிரசவ அறைக்கு செல்ல ஆயத்தமானான்.

"இல்ல சார் நீங்க வர வேணா. நாங்க பாத்துக்குறோம்."

அறுவை சிகிச்சைக்கான படுக்கைக்கு அவள் கடத்தப்பட்டாள். வலி கடுமையானது. நவிரா "சிவா சிவா" என முணுமுணுத்துக் கொண்டிருந்தாள். செவிலியர்கள் அவள் கால்களை முடிந்தவரை விரித்துப்பிடித்தனர். தலைமை மருத்துவர் அவளின் பிறப்புறுப்புக்குள் கையை விட்டு பனிக்குடத்தை முழுதாக உடைத்தார். நீர் "கட கட" வென வெளியேறியது. குழந்தையின் தலையை தொட்டு பார்த்தார். அது சரியான நிலையில் இருந்தது. சிறிது நேரத்தில் இறங்க தொடங்கும் என கூறிக்கொண்டே சில மருந்துகளை நவிராவிற்கு கொடுக்கும் படி உதவி மருத்துவர்களிடம் சொன்னார்.

பத்து நிமிடம் கடந்த நிலையில் நவிரா வலி தாங்காமல் பெரிதாக அலறினாள். மருத்துவர் பிறப்புறுப்பை பார்த்தார் குழந்தை வெளிவர ஆயத்தமாக இருந்தது. நவிராவின் அலறல் குறைந்தபாடில்லை.

"Navira look Don't breathe out Push down" என மருத்துவர் கூறினார்.

நவிராவால் மருத்துவரின் பேச்சை உள் வாங்கி கொள்ள முடியவில்லை.

"please call சிவா, சிவாவ வர சொல்லுங்க" என தொடர்ந்து முணுமுணுத்தாள். மருத்துவர் சிவாவை வர வழைத்தார். உள் நுழைந்த அவன் நவிராவின் கூச்சலை கேட்டு திடுக்கிட்டான். பயத்தால் உறைந்தான். அவள் தலை

பக்கம் சென்று நின்றான். அவள் தலையை வருடினான். அவர்கள் கண்கள் நேராக சந்தித்துக் கொண்டன. அவளின் உடல் நடுக்கம் கண்டது. இதயத்துடிப்பு வேகமெடுத்தது. வலியால் அவள் கண் கசிந்தது. அனைத்தையும் கடந்து அவளின் உதடு சிறு புன்னகையை வெளிப்படுத்தி "சிவா" என சிறிது முணுமுணுத்தது. அவனுக்கு அவர்களின் முதல் புணர்ச்சி ஞாபகத்திற்கு வந்தது. சிவா அவளின் வலியை சுமக்க முடியாத வெற்று காட்சி பிம்பமாக நின்றான். அவள் சிவாவை கண் சிமிட்டாமல் பார்த்தாள். அவளின் சுய நினைவு போவதாகப்பட்டது. இதயத்துடிப்பு கடகடவென சரியத்தொடங்கியது. மருத்துவர் அலறினார்.

"நவிரா நவிரா..... wake up. Don't fade out .... நவிரா...."

அவளின் இதயத்துடிப்பு சட்டென வேகமெடுக்க கண்கள் விரிய பெரும் மூச்சுக்காற்றை உள் இழுத்துக்கொண்டு கீழ்பக்கமாக வெளித்தள்ளினாள். ஒரு நொடி பெரும் நிசப்தம் மறுநொடி பெரும் பாரம் உடலிலிருந்து வெளி சென்றதாக தோன்றிற்று. குழந்தையின் அழுகுரலும் மூச்சிக்காற்றும் அறையை முட்டியது. அவள் கண்கள் அவனை விட்டு விலகவேயில்லை. அவள் உடல் அதிர்ந்து நடுங்கியது.

அவளின் பிறப்புறுப்பிலிருந்து வழிந்தோடிய கழிவுகளில் சிறு வயது முதல் இதுவரை அவன் பெண் உடலை பற்றியும் மனதை பற்றியும் கட்டி வைத்திருந்த பொய்மைகளும் எலக்காரங்களும் துடைத்தெறியப்பட்டன. அவளின் முன் அவன் சிறு புழுவாக உணர்ந்தான். அவன் தளர்ந்து அவளை இறுக அணைத்துக்கொண்டான்.

"புதையல தேடுற புதையல்காரன் ஒரு முட்டாள். புதையலே நீ தான்னு அவனுக்கு எப்போ தா புரிய போதோ" என குரல் தழுதழுக்க அவள் காதில் கிசுகிசுத்தான்.

"ச்சி. போங்க மொக்க"

தொப்புள் கொடியை வெட்டி குழந்தையை சுத்தம் செய்து அவள் நெஞ்சுக்கூட்டில் செவிலியர்கள் வைத்தார்கள். அவர்கள் குழந்தையை பார்த்தார்கள். ஒருவரை ஒருவர் முத்தமிட்டுக் கொண்டார்கள் பின் அர்த்தமின்றி சிரிக்க தொடங்கினார்கள். சிரித்துக் கொண்டேயிருந்தார்கள்.

எண்ணிலடங்கா எனது இந்த கால பயணத்தில் முதல் முறையாக எனது மனதை நானே உணர்கிறேன். அது இறுக்கமாகவும் தளர்வாகவும் சுழல்கிறது. பெரும் மூச்சை வெளித்தள்ளிய நான் பூமி எங்குமில்லாத ஒரு அதிசயம் அதில் மனிதன் ஒரு விசித்திரம் என நம்புகிறேன்.

இனி சிவாவையும் நவிராவையும் தனியாக விட்டுவிட்டு என் பயணத்தை தொடர விரும்புகிறேன். வேறு ஒரு மனிதனை வேறு ஒரு உணர்வை வேறு ஒரு கதையை......